அப்பா சிறுவனாக இருந்தபோது

அலெக்சாந்தர் ரஸ்கின்

தமிழில்:
நா.முகம்மது செரீபு, எம்.ஏ.

பாணன் பதிப்பகம்
எண் : 32/B, குமரபுரி காலனி 3வது குறுக்குத் தெரு,
பாரதி புரம், தருமபுரி, - 636 705.
தொலைபேசி எண் : 99628 44457.
Email: paananpathipagam@gamil.com

அப்பா சிறுவனாக இருந்தபோது	Appa Siruvanaga Irundapodhu
அலெக்சாந்தர் ரஸ்கின்	Alexandar Raskin
பதிப்பு ஆண்டு: நவம்பர், 2022	**Year of Edition:** November, 2022
தாள்: என். எஸ். புக் பிரிண்ட்	**Paper:** N.S. Book Print
நூல் அளவு: 1/8 டெம்மி	**Book Size:** 1/8 Demy
எழுத்து அளவு: 11 புள்ளி	**Font Size: 11 points**
பக்கங்கள்: 116	**Pages:** 116
நூல்வடிவமைப்பு	**Design by:**
பாணன் பதிப்பகம் தருமபுரி	Paanan Pathipagam Dharmapuri
வகை: சிறார் கதைகள்	**Subject:** Childrens Story

விலை:

வெளியீடு: PP : 6

ISBN: 978-81-960529-3-5

பாணன் பதிப்பகம்

எண் : 32/B, குமரபுரி காலனி 3வது குறுக்குத் தெரு,
பாரதி புரம், தருமபுரி, - 636 705.
தொலைபேசி எண் : 99628 44457.
Email: paananpathipagam@gamil.com

ஆசிரியரிடமிருந்து ஒரு வார்த்தை

அன்புள்ள குழந்தைகளே,

இந்தப் புத்தகத்தை நான் எழுத நேர்ந்தது எப்படி என்பதை உங்களுக்குச் சொல்ல விரும்புகிறேன். எனக்கு சாஷா என்று ஒரு மகள் இருக்கிறாள். இப்போது அவள் பெரிய சிறுமி. அவள் தன்னைப் பற்றிப் பேசுகின்ற போது அடிக்கடி கூறுவாள்: ''நான் சின்னவளாக இருந்த போது...'' சரி, சாஷா மிகவும் சின்னவளாக இருந்த போது அடிக்கடி நோய்வாய்ப் பட்டாள். அவளுக்குக் குளிர்ச்சுரம் கண்டது, தொண்டைக் கட்டு ஏற்பட்டது, காதில் புண் வந்தது. உங்களுக்குக் காதில் எப்போதாவது புண் வந்திருந்தால், அது எப்படி வலிக்கும் என்பது உங்களுக்குத் தெரியும். அப்படி வந்ததில்லை என்றால், விளக்குவதில் பயனில்லை & ஏனெனில் உங்களால் ஒருபோதும் புரிந்து கொள்ளவே முடியாது.

ஒரு முறை சாஷாவின் காது மிக மோசமாகப் புண்ணாகிப் போனது. பகல் முழுக்கவும், இரவு முழுக்கவும் அவள் அழுதாள். அவளால் தூங்க முடியவில்லை. அவளுக்காக நான் மிகவும் வருந்தியதால் நானே அழுவதற்குக் கூடத் தயாராக இருந்தேன். ஆகவே அவளுக்குப் பல்வேறு புத்தகங்களைப் படித்துக் காட்டவும், வேடிக்கைக் கதைகளைச் சொல்லவும் செய்தேன். நான் சிறுவனாக இருந்தபோது என்னுடைய புதிய பந்தைக் காருக்கு அடியில் எப்படி வீசி எறிந்தேன் என்பதைப் பற்றி அவளுக்கு ஒரு கதை சொன்னேன். அந்தக் கதையை சாஷா மிகவும் விரும்பினாள். தன் அப்பாவும் ஒருகாலத்தில் சிறுவனாக இருந்தார், அவரும் குறும்புகள் செய்து தண்டிக்கப்பட்டார் என்பதை அறிய அவள் வியப்புற்றாள். அந்தக் கதையை அவள் நினைவு வைத்திருந்தாள். அவள் காது வலிக்கத் தொடங்கும் போதெல்லாம், கத்துவாள்: ''அப்பா, அப்பா! என் காது வலிக்கிறது! நீங்கள் சிறுவனாக இருந்ததைப் பற்றி எனக்கு ஒரு கதை சொல்லுங்கள்.'' ஒவ்வொரு முறையும் அவளுக்கு நான் ஒரு கதை சொல்வேன்.

அவை எல்லாவற்றையும் இந்தப் புத்தகத்திலே நீங்கள் காண்பீர்கள். எனக்கு நேர்ந்த எல்லாவிதமான வேடிக்கை நிகழ்ச்சிகளையும் நினைவுபடுத்த நான் முயன்றேன், ஏனெனில் நோயுற்ற சிறுமியை முறுவலிக்கச் செய்ய விரும்பினேன். மேலும், பேராசையுடனோ, தற்புகழ்ச்சியுடனோ தலைக் கனத்துடனோ நடப்பது நல்லதல்ல என்பதை எனது சிறுமி புரிந்துகொள்ள விரும்பினேன். நான் எப்போதுமே அப்படி இருந்தேன் என்பது பொருளாகாது. சில நேரங்களில், என்னால் கதை ஒன்றைச் சிந்தித்துப் பார்க்க முடியாத போது, எனக்குத் தெரிந்த வேறு அப்பாக்களிடமிருந்து ஒன்றை நான் கடன் வாங்குவேன். எப்படியிருந்தாலும் ஒவ்வொரு அப்பாவும் ஒரு காலத்தில் சிறு பையனாக இருந்தவர் தானே. ஆகவே, இந்தக் கதைகளில் எவையும் கற்பனை செய்யப்பட்டவை அல்ல என்பதைக் காண்பீர்கள். இவை எல்லாமே சிறுவர்களுக்கு நேர்ந்தவைகளே.

இப்போது சாஷா பெரிய சிறுமியாகி விட்டாள். அவள் நோய்வாய்ப் படுவதில்லை. எல்லா பெரிய புத்தகங்களையும் அவளால் தானே படிக்க முடியும்.

ஆனால், ஓர் அப்பாவுக்கு அவர் சிறுவனாக இருந்த போது என்ன நடந்தது என்பதைப் பிற குழந்தைகள் ஒருவேளை அறிய விரும்பக் கூடும் என்று நினைத்தேன்.

நான் சொல்ல விரும்பியது எல்லாம் இதுதான். ஆனால் பொறுங்கள்! மற்றொன்றும் இருக்கிறது. இந்தப் புத்தகத்திற்கு இன்னும் அதிகமிருக்கிறது. உங்களில் ஒவ்வொருவரும் எஞ்சியதை நீங்களாகவே கண்டுபிடித்துக் கொள்ள முடியும். ஏனெனில் உங்களுடைய அப்பாவும் அவர் சிறுவனாக இருந்தபோது நடந்ததைப் பற்றி உங்களுக்குச் சொல்லக் கூடும். அதுபோல உங்கள் அம்மாவும் கூற முடியும். அவர்களுடைய கதைகளையும் கூடக் கேட்பதற்கு நான் விரும்புவேன். எல்லா நலனும் விளைக என வாழ்த்தும்

உங்கள் நண்பன்,

ஏ.ஸ்கின்

1

காருக்கு அடியில் பந்தை அப்பா எறிந்தது எப்படி

அப்பா மிகச் சிறு பையனாக, பாவ்லவோ&பொஸாத் என்ற சிறு நகரத்தில் வசித்த போது, அவருடைய பெற்றோர் அவருக்கு ஓர் அழகிய பெரிய பந்தைக் கொடுத்தார்கள். அந்தப் பந்து ஏறத்தாழச் சூரியனைப் போலவே இருந்தது. இல்லை, அது சூரியனை விட இன்னும் நன்றாக இருந்தது! கண்சிமிட்டாமல் அதைப் பார்க்க முடியாது. மேலும் அது சூரியனை விட நான்கு மடங்கு அழகாக இருந்தது. ஏனெனில் அது நான்கு வித்தியாசமான நிறங்களில் இருந்தது. சூரியனுக்கு ஒரே ஒரு நிறம் தான் இருக்கிறது, அதையும் கூட என்னவென்று கூற முடியாது. பந்தின் ஒரு பக்கம் மிட்டாய் போல இளஞ்சிவப்பு நிறமாக இருந்தது. மற்றொரு பக்கம் சாக்லேட் போல பழுப்பு நிறமாக இருந்தது. உச்சியானது வானம் போல நீல நிறமாகவும், அடிப்பகுதி புல் போல பச்சை நிறமாகவும் இருந்தது. சிறு நகரமான பாவ்லவோ&பொஸாதில் எவரும் இத்தகைய ஒரு பந்தை முன்னர் பார்த்ததே இல்லை. அது மாஸ்கோவில் வாங்கப்பட்டது. மாஸ்கோவில் கூட இதுபோல பல பந்துகள் இருந்திருக்கும் என்று நான் நினைக்கவில்லை. ஏன், பெரிய ஆட்கள் கூட அதைப் பார்க்க வந்தார்கள்!

“என்ன அழகான பந்து!” என்று அவர்கள் எல்லோருமே சொன்னார்கள்.

உண்மையில் அது நேர்த்தியான பந்துதான். அதுபற்றி அப்பா மிகவும் பெருமைப்பட்டார். அந்தப் பந்தை அவராகவே கண்டுபிடித்து, அவராகவே அந்த நான்கு நிறங்களையும் தீட்டியது போல வீண் பெருமையோடு அவர் நடந்து கொண்டார். தனது அழகிய பந்துடன் விளையாடுவதற்கு அப்பா வெளியே சென்ற போது, எல்லா பக்கங்களிலிருந்தும் பையன்கள் ஓடிவருவார்கள்.

‘‘ஓ, என்ன மாதிரிப் பந்து!’’ என்று அவர்கள் கூறுவார்கள். ‘‘அதை எனக்கு விளையாடக் கொடு!’’

ஆனால் அப்பா தனது பந்தை இறுகப் பற்றிக்கொண்டு கூறுவார்:

‘‘இல்லை, நான் தரமாட்டேன்! இது என்னுடைய பந்து! இதுபோன்ற பந்து யாரிடமும் இல்லை! இது மாஸ்கோவில் வாங்கப்பட்டது! விலகிப் போங்கள்! என் பந்தைக் கூட நீங்கள் தொடக் கூடாது!’’

அதன் பிறகு பையன்கள் சொன்னார்கள்:

‘‘நீ பேராசைக்காரன், அப்படித்தான்!’’

ஆனால் அவர்கள் என்ன சொன்னார்கள் என்பது பற்றி அப்பா பொருட்படுத்தவில்லை. தனது அழகிய பந்துடன் அவர்களை விளையாட விடவில்லை. முழுக்கவும் அவராகவே விளையாடினார். ஆனால் ஒரு பந்தை நீங்கள் மட்டுமே விளையாடுவது அவ்வளவு வேடிக்கையாக இராது. ஆகவேதான், பேராசைக்காரர் சிறுவனாகிய அப்பா மற்ற பையன்களுக்கு அருகிலே விளையாடி அவர்களைப் பொறாமைப்படச் செய்ய வேண்டும் என்று விரும்பினார்.

பிறகு பையன்கள் சொன்னார்கள்:

‘‘அவன் பேராசைக்காரன். நாம் அவனோடு விளையாடுவதற்கில்லை.’’

முழுமையாக இரண்டு நாட்களுக்கு அவரோடு அவர்கள் விளையாடவில்லை. மூன்றாம் நாள் அவர்கள் சொன்னார்கள்:

‘‘உன்னுடைய பந்து மோசமானது அல்ல. அது பெரியது. நிறங்கள் அருமையாக இருக்கின்றன. ஆனால் அதை ஒரு காருக்கு அடியில் தூக்கி எறிந்தால், மற்ற எந்தப் பந்தையும் போலவே வெடிக்கும். ஆகவே அதை இப்படிச் செருக்காக நடக்கும் அளவுக்கு உனக்கு எதுவுமில்லை.’’

‘‘என்னுடைய பந்து ஒருபோதும் வெடிக்காது!’’ அப்பா பெருமையோடு கூறினார். அவர்தான் நான்கு நிறங்களையும் தீட்டியவர் போல அப்போது கூட அவர் தலைக் கனங்கொண்டிருந்தார்.

''ஆமாம், அது வெடிக்கும்!'' பையன்கள் நையாண்டி செய்தார்கள்.

''இல்லை, அது வெடிக்காது!''

''அதோ ஒரு கார் வருகிறது,'' என்று அவர்கள் சொன்னார்கள். ''சரி? போய் அதை வீசு! உனக்குப் பீதி ஏற்படவில்லை?''

சிறுவனாகிய அப்பா தனது பந்தை காருக்கு அடியில் வீசினார். கணப்பொழுதுக்கு எல்லாருமே அங்கே காத்துக்கொண்டு நின்றார்கள். முன் சக்கரங்களுக்கு நடுவே பந்து உருண்டு, வலது பக்கத்துப் பின் சக்கரத்திற்குக் கீழாக வந்தது. கார் குலுங்கியது, பந்துக்கு மேலாக ஓடி, முன்னோக்கிப் பாய்ந்தது. ஆனால் பந்து முற்றிலும் சேதப்படாது அங்கே கிடந்தது.

''அது வெடிக்கவில்லை! அது வெடிக்கவில்லை!'' அதை எடுக்க ஓடிய போது அப்பா கத்தினார். அப்போது யாரோ பீரங்கி கொண்டு வெடித்தது போல உரத்த வெடி ஓசை கேட்டது! அது பந்துதான். எப்படியிருந்தாலும் அது வெடித்துப் போனது. அது இருந்த இடத்தை நோக்கி அப்பா ஓடிவந்த போது குப்பையான ரப்பர் சிதறல்களைத்தான் அவரால் பார்க்க முடிந்தது. அதில் எந்தவித அழகோ, கவர்ச்சியோ இருக்கவில்லை. பிறகு அப்பா கதற ஆரம்பித்தார். வீட்டிற்கு ஓடி வந்தார். பையன்கள் எல்லாரும் சிரித்தார்கள்.

''அது வெடித்துப் போனது! அது வெடித்துப் போனது!'' அவர்கள் கத்தினார்கள். ''பேராசைப் பெருநட்டம்!''

அப்பா வீட்டிற்கு வந்து, தனது அழகிய புதிய பந்தைத் தானாகவே காருக்கு அடியில் வீசிவிட்டதாகச் சொன்னபோது, பாட்டி, சிறுவனாகிய அப்பாவின் அம்மா, அவரை அறைந்தாள். மாலையில் வேலையிலிருந்து தாத்தா வீட்டிற்கு வந்த போது, சிறுவனாகிய அப்பாவுக்கு மீண்டும் அறை விழுந்தது.

தாத்தா அறையும் போது சொன்னார்:

''பந்துக்காக உன்னை நான் அறையவில்லை. ஆனால் உனது முட்டாள் தனத்திற்காக.''

நீண்ட நாட்களுக்குப் பிறகு இன்னமும், அதுபோல அத்தகைய ஓர் அழகிய பந்தை காருக்கு அடியில் எப்படி வீசி எறிய முடியும் என்று வியந்தார்கள்.

''மகா மட்டமான பையனால் மட்டுமே அம்மாதிரி செய்திருக்க முடியும்,'' என்று சொன்னார்கள்.

அதன் பிறகு நீண்ட நேரங்களுக்கு அப்பாவைப் பையன்கள் நையாண்டி செய்து கேட்டார்கள்.

''ஏய், எங்கே உன்னுடைய புதுப்பந்து?''

ஆனால் பக்கத்து வீட்டில் வசித்த மாமா மட்டுமே சிரிக்கவில்லை. ஆரம்பத்திலிருந்து முழுக் கதையையும் தனக்குச் சொல்லும்படி அவர் அப்பாவிடம் கேட்டார்.

பிறகு அவர் சொன்னார்:

''இல்லை, நீ போக்கிரிப் பையன் அல்ல.''

அப்பா மிகவும் மகிழ்ந்து போனார்.

''ஆனால் நீ பேராசைக்காரன், வீண் செருக்கை விரும்புகிறாய்,'' மாமா தொடர்ந்து பேசினார். ''அது மிக மட்டமானது. தனது பந்துடன் தனிமையில் விளையாட விரும்பும் எவரும் எப்போதுமே இழக்கவே செய்வர். இது பெரியவர்களுக்கும் பொருந்தும். இப்போது நீ மாற்றிக் கொள்ளவில்லை என்றால் நீ எப்போதுமே வருத்தப்பட வேண்டிவரும்.''

பிறகு அப்பா மிகவும் நடுக்குற்றுப் போய், அழத் தொடங்கினார். தான் பேராசைக்காரனாக இருக்க விரும்பவில்லை என்றும், வீண் பெருமை பேச விரும்பவில்லை என்றும் தேம்பி அழுதார். மிக நீண்ட நேரத்திற்கு அப்படி உரக்க அவர் அழுததை மாமா நம்பி, அவருக்காக ஒரு புதிய பந்து வாங்கித் தந்தார். முதலாவது பந்தைப் போல அது அவ்வளவு அழகாக இல்லை. ஆனால் தெருவில் எல்லாப் பையன்களும் அதை வைத்து விளையாடினார்கள். ஒவ்வொருவரும் மகிழ்ச்சி அடைந்தார்கள். அப்பா பேராசைக்காரன் என்று எவரும் சொல்லவில்லை.

2

நாயை அப்பா பழக்கியது எப்படி

அப்பா சிறுவனாக இருந்த போது அவர் சர்க்கசுக்கு அழைத்துச் செல்லப்பட்டார். அது மிகவும் ஆர்வமூட்டுவதாக இருந்தது. எல்லாரிலும் சிங்கத்தைப் பழக்குபவரை அப்பா விரும்பினார். ஏனெனில் அவர் அவ்வளவு அழகாக உடையணிந்து இருந்தார், ஏனெனில் 'சிங்கத்தைப் பழக்குபவர்' என்ற வார்த்தைகள் எடுப்பாக இருந்தன, ஏனெனில் எல்லாச் சிங்கங்களும், புலிகளும் அவரைக் கண்டு நடுங்கின. சாட்டயும், கைத்துப்பாக்கிகளும் அவர் வைத்திருந்தார். ஆனால் அவற்றை அவர் அரிதாகப் பயன்படுத்தினார்.

''என் கண்களைக் கண்டு விலங்குகள் பயப்படுகின்றன!'' என்று மேடையிலிருந்து அவர் அறிவித்தார். ''எனது பார்வை & மிகப் பெரிய ஆயுதம்! எந்தக் கொடிய விலங்காலும், ஒரு மனிதனின் பார்வையைப் பார்த்துக் கொண்டு நிற்க முடியாது!''

உண்மையில், அவர் சிங்கத்தைப் பார்த்த உடனேயே, பீடத்தின் மீது சிங்கம் அமர்ந்தது, பீப்பாயின் மேல் தாவியது, செத்தது போலக் கிடந்தது. இதற்கு எல்லாம் காரணம் அந்த மனிதருடைய பார்வைக்கு அதனால் தாக்குப்பிடிக்க முடியவில்லை.

இசைக்குழுவினர் வாசிக்கத் தொடங்கினார்கள். ஒவ்வொருவரும் கைதட்டி சிங்கத்தைப் பழக்குபவரைப் பார்த்தார்கள். அவர் கைகளை நெஞ்சோடு வைத்து எல்லாப் பக்கங்களிலும் தலை குனிந்தார். அது அற்புதமாக இருந்தது! சிறுவனாகிய அப்பாவும், தானும் கூட சிங்கத்தைப் பழக்குபவராக மாற வேண்டும் என்று முடிவு செய்தார். அவ்வளவு கொடுமை இல்லாத விலங்கு ஒன்றைப் பழக்குவதன் மூலம் தொடங்க வேண்டும் என்று அவர் நினைத்தார். ஏனென்றால், அப்பா இன்னமும் சிறுவனாகவே இருந்தார். சிங்கங்கள்,

புலிகள் போன்ற அத்தகைய பெரிய விலங்குகள் கற்றுக் குட்டிகளுக்காக என்பதை அவர் உணர்ந்தார். ஒரு நாயை வைத்து அவர் தொடங்கலாம், நிச்சயமாக, அது அவ்வளவு பெரியதாக இல்லாமல் இருக்க வேண்டும். ஏனெனில் பெரிய நாய் ஏறக்குறைய ஒரு குட்டிச் சிங்கம் போன்றதே. அவருக்குத் தேவைப்பட்டதெல்லாம் அவ்வளவு பெரிய நாய் அன்று.

அத்தகைய சந்தர்ப்பம் அவருக்குச் சீக்கிரமாகவே கிடைத்தது.

சிறு நகரமாகிய பாவ்லவோ&பொஸாதில் ஒரு சிறிய பூங்கா இருந்தது. இப்போது அங்கே பெரிய பூங்கா ஒன்று இருக்கிறது. ஆனால் இது எல்லாம் மிக நீண்ட காலத்திற்கு முன்னர் நடந்தது. சிறுவனாகிய அப்பாவை பாட்டி பூங்காவிற்கு அழைத்துப் போவது உண்டு. ஒரு நாள் அப்பா விளையாடிக் கொண்டிருந்த போது, பாட்டி ஒரு பெஞ்சின் மீது அமர்ந்து படித்துக் கொண்டிருந்தாள். அவளுக்கு அருகே பெஞ்சில் வெள்ளை நாய் ஒன்றுடன் ஒரு பெண் உட்கார்ந்து கொண்டிருந்தாள். அந்தப் பெண்ணும் படித்துக் கொண்டிருந்தாள். இந்த நாய் மிகவும் சிறியதாக இருந்தது. அதற்குக் கண்கள் பெரியதாகவும் கருப்பாகவும் இருந்தன. தனது பெரிய கருத்த கண்களால் சிறுவனாகிய அப்பாவைப் பார்த்தது இவ்வாறு அது சொல்வது போல இருந்தது: ‘‘நான் மிகவும் பழக்கப்பட விரும்புகிறேன்! தயவு செய்து, பையா, என்னை நீ பழக்க மாட்டாயா? மனிதக் கண்களுடைய பார்வையை என்னால் பொறுக்க முடியவில்லை.’’

நாயைப் பழக்குவதற்காக அப்பா பாதையைக் குறுக்கே கடந்தார். பாட்டியும் ஒரு புத்தகத்தைப் படித்துக் கொண்டிருந்தாள், நாய்க்குச் சொந்தக்காரியும் ஒரு புத்தகத்தைப் படித்துக் கொண்டிருந்தாள். என்ன நடந்து கொண்டிருந்தது என்பதை அவர்கள் பார்க்கவில்லை. பெஞ்சுக்குக் கீழே படுத்துக் கொண்டிருந்த நாய் தனது பெரிய கருத்த கண்ணால் அப்பாவை விநோதமாகப் பார்த்தது. அப்பா அதை நோக்கி மிகவும் மெதுவாக நடந்துசென்று கூறினார்: ‘‘ஓ, எனது பார்வையை அதனால் தாங்கிக் கொள்ள முடியும் என்று நினைக்கிறேன்.... ஒரு சிங்கத்துடன் தொடங்கினால் நன்றாக இருந்திருக்கும் என்று நினைக்கிறேன். பழக்குவது பற்றி அது தனது மனத்தை மாற்றிக் கொண்டது என்று நினைக்கிறேன்.’’

அன்று வெப்பம் கடுமையாக இருந்தது. அப்பா மிதியடிகளும், அரைக்காற்சட்டையுமே அணிந்திருந்தார். அப்பா மேன்மேலும் நெருங்கிப் போய்க்கொண்டே இருந்தார். ஆனால் அவரைப் பார்த்தபடி நாய் அங்கேயே அப்படியே படுத்திருந்தது. அப்பா மிக அண்மையில் போனபோது, அது திடீரென்று தாவி, அவர் வயிற்றில் கடித்தது. பிறகு பயங்கரமான குழப்பம் ஏற்பட்டது! அப்பா அலறினார். பாட்டி அலறினாள். நாய்க்குச் சொந்தக்காரி அலறினாள். நாயும் உரக்கக் குரைத்தது. சிறுவனாகிய அப்பா அலறிக் கொண்டிருந்தார்:

''ஓ! அது என்னைக் கடித்து விட்டது!''

பாட்டி அலறிக் கொண்டிருந்தாள்:

''ஓ! அது அவனைக் கடித்து விட்டது!''

நாய்க்குச் சொந்தக்காரியும் அலறிக் கொண்டிருந்தாள்:

''அவன் அதை ஏளனம் செய்து கொண்டிருந்திருக்கிறாள்! என் நாய் யாரையும் கடிக்கவே செய்யாது!''

நாய் என்ன அலறிக் கொண்டிருந்தது என்பதை நீங்களே சற்று கற்பனை செய்ய முடியும்.

எல்லாத் திசைகளிலிருதும் மக்கள் ஓடி வந்து கொண்டிருந் தார்கள். அவர்கள் அனைவரும் கத்திக் கொண்டிருந்தார்கள்:

''இது பயங்கரம்!''

பூங்காக் காவலன் அவர்களிடம் வந்து கேட்டான்:

''சிறுவனே, நீ அந்த நாயை ஏளனம் செய்தாயா?''

''இல்லை,'' என்றார் அப்பா, ''நான் அதைப் பழக்கிக் கொண்டிருந்தேன்.''

ஒவ்வொருவரும் சிரித்தார்கள்.

''அதை நீ எப்படிச் செய்து கொண்டிருந்தாய்?''

''அதனை நோக்கி நான் நடந்து போய், அதைப் பார்த்துக் கொண்டிருந்தேன்,'' என்றார் அப்பா, ''மனிதப் பார்வையை அதனால் பொறுக்க முடியாது என்பதை இப்போது நான் காண்கிறேன்.''

ஒவ்வொருவரும் மீண்டும் சிரித்தார்கள்.

''பாருங்க!'' என்றாள் அந்தப் பெண். ''பையனைக் குற்றம் சொல்ல வேண்டும். என் நாயைப் பழக்கும் படி யாரும் அவனைக் கேட்கவில்லை. மேலும் உங்களுக்கு,'' பாட்டி பக்கமாகத் திரும்பி அவள் பேசினாள், ''உங்களது குழந்தையைப் பார்த்துக் கொள்ளாததற்காக அபராதம் விதிக்கப்பட வேண்டும்.''

பாட்டி பெருமூச்சு விட்டாள். ஒரு வார்த்தை கூடப் பேச முடியாமற் போனமைக்காக மிகவும் அதிசயித்துப் போனாள். பிறகு பூங்காக் காவலன் பேசினான்:

''அந்த அடையாளத்தைப் பார்த்தீர்களா? 'நாய்கள் அநுமதிக்கப்படுவதில்லை!' 'குழந்தைகள் அநுமதிக்கப்படுவதில்லை' என்று அதில் இருந்தால், பையனோடு வந்த இந்தப் பெண்ணுக்கு நான் அபராதம் விதித்திருப்பேன். ஆனால் இப்போது நான் உங்களுக்கு அபராதம் விதிக்கிறேன். பூங்காவை விட்டுப் போகுமாறும் உங்களை நான் கேட்டுக் கொள்ளப் போகிறேன். இந்தப் பையன் விளையாடிக் கொண்டிருக்கிறான், ஆனால் உங்கள் நாய் கடிக்கிறது. இங்கு விளையாடலாம், ஆனால் கடிக்கக் கூடாது! எனினும், விளையாடும் போது உன் மூளையை நீ பயன்படுத்த வேண்டும். ஏனென்றால், நீ எதற்காக நாயை நோக்கிப் போய்க் கொண்டிருக்கிறாய் என்பது அதற்குத் தெரியாது. ஒருவேளை அதை நீ கடிக்க விரும்பியதாக இந்நாய் நினைத்திருக்கலாம். புரிந்ததா?''

''ஆமாம்,'' என்று அப்பா சொன்னார். இதற்கு மேலும் அவர் சிங்கத்தைப் பழக்குபவராக இருக்க விரும்பவில்லை. அவர் போட்டுக் கொள்ள வேண்டியிருந்த ஊசிகளுக்குப் பிறகு, இது ஒரு தொழிலுக்கு உரியதல்ல என்று அவர் முடிவு செய்தார்.

மனிதக் கண்களுடைய பார்வையை விலங்குகளால் பொறுக்க முடியாது என்பது பற்றி அவர் இப்போது தனது சொந்தக் கருத்தினைப் பெற்றிருந்தார். ஒரு பெரிய நாய் ஒன்றின் கண்மடல்களைப் பிடித்து இழுக்கின்ற ஒரு பையனை அவர் சந்தித்த போது, அப்பாவும் அந்தப் பையனும் ஒருவரையொருவர் மிகவும் நன்றாகப் புரிந்து கொண்டார்கள்.

மற்ற பையன் வயிற்றில் கடிபடுதற்குப் பதிலாக இரு கன்னங்களிலும் கடிபட்டான் என்பது விஷயமாக இருக்காது. எந்தவகையிலும் அவன் வயிற்றுக்கும் ஊசி போட்டுக்கொள்ளத் தான் வேண்டியிருந்தது.

3

அப்பா கவிதை எழுதியது எப்படி

சிறுவனாக இருந்த போது வாசிப்பதற்கு அப்பா விரும்பினார். நான்கு வயதாக இருக்கும் போதே வாசிப்பதற்குக் கற்றுக் கொண்டார். தனது நாள்கள் முழுவதையும் வாசிப்பதில் செலவிடுவதற்கு அவர் தயாராக இருந்தார். மற்ற குழந்தைகள் ஓடித்திரிந்து, எல்லாவகையான ஆர்வமூட்டும் விளையாட்டுகளை ஆடிய நேரத்தில், சிறுவனாகிய அப்பா படித்துக் கொண்டே இருந்தார். இறுதியில், தாத்தாவும் பாட்டியும் கவலைப்பட ஆரம்பித்தார்கள். இவ்வளவு அதிகம் வாசிப்பது மிகவும் தீங்கு பயக்கும் என்று அவர்கள் முடிவு செய்தார்கள். அவருக்குப் புத்தகங்கள் கொடுப்பதை நிறுத்தினார்கள். நாளொன்றுக்கு மூன்று மணி நேரத்திற்கு மேலாக அவரைப் படிக்கவிடுவது இல்லை. ஆனால் அது சரிப்பட்டு வரவில்லை. அப்பா காலை முதல் இரவு வரை தொடர்ந்து படித்துக் கொண்டுதான் இருந்தார். ஒவ்வொருவரும் தன்னைப் பார்க்கக் கூடிய இடத்தில் வாசிப்பதில் மூன்று மணி நேரம் செலவிட்டார். பிறகு அவர் மறைந்து போவார். படுக்கைக்குக் கீழே ஒளிந்து கொண்டு அங்கிருந்து படிப்பார். அட்டாலியில் ஒளிந்து கொண்டு அங்கிருந்து படிப்பார். வைக்கோற் பரணுக்குச் சென்று அங்கிருந்து படிப்பார். வைக்கோற் பரண் மீது படிப்பது அருமையானதாக இருந்தது. புத்தம் புதிய வைக்கோல் மிக இனிமையாக மணத்தது. வீட்டிலிருந்து ஒவ்வொருவரும் கத்திக் கொண்டிருப்பதை அவரால் கேட்க முடிந்தது: அங்கோ எல்லாப் படுக்கைக்கும் கீழாக அவரைத் தேடுதல் நடந்தது. இரவுச் சாப்பாட்டு நேரத்திற்கு சிறுவனாகிய அப்பா வீட்டிற்கு வருவார். சரியாகத் தண்டிக்கப்படுவார். பிறகு அவர் விரைவாக இரவு உணவை முடித்துக்கொண்டு படுக்கைக்குச் செல்வார். நடு இரவில் அவர் கண் விழித்து, விளக்கை ஏற்றிக் கொண்டு படிப்பார். சுகோவ்ஸ்கியின் முதலை, பூஷ்கினின் தேவதைக் கதைகள், அராபிய இரவுகள், கலிவரின் பயணங்கள், ராபின்சன்

குரூஸ் ஆகியவற்றைப் படித்தார். இந்த உலகத்தில் அற்புதமான நூல்கள் பல இருந்தன! அவை ஒவ்வொன்றையும் படிக்க அவர் விரும்பினார். நேரம் கடந்து சென்றது. பாட்டி உள்ளே வந்து, அவரிடமிருந்து புத்தகத்தை வாங்கி, விளக்கை ஏற்றி, முதல் புத்தகத்தைப் போலவே ஆர்வமூட்டும் மற்றொரு புத்தகத்தை எடுப்பார். பிறகு தாத்தா உள்ளே வருவார், புத்தகத்தை வாங்கிக்கொண்டு, விளக்கை அணைப்பார். சிறுவனாகிய அப்பாவை இருளிலே பலமாக அறைவார். இந்த அறை அவரது உணர்வுகளைப் புண்படுத்திய அளவுக்கு நோவுதரவில்லை.

எல்லாமே மிகுந்த துயரத்தோடு முடிந்தன. முதலாவதாக, சிறுவனாகிய அப்பா தனது கண் பார்வையைக் கெடுத்துக் கொண்டார்: ஏனென்றால், படுக்கைக்குக் கீழும், அட்டாலியிலும், வைக்கோல் பரணிலும் வெளிச்சம் மிகக் குறைவாகத்தான் இருந்தது. மேலும், படுக்கையில் போர்வைக்குள்ளாகவும் படிப்பதற்கு அவர் கற்றுக்கொண்டு விட்டார். அதற்குள்ளாக ஒரு துவாரத்தின் வழியாக மட்டுமே வெளிச்சம் வந்தது. குறைவான வெளிச்சத்தில் படுத்துக்கொண்டு படிப்பது என்பது மிகச் சுகாதாரக் குறைவானது. ஆகவே சிறுவனாகிய அப்பா கண்ணாடி அணிய வேண்டி வந்தது.

இந்த நேரத்தில் தான் சிறுவனாகிய அப்பா செய்யுள் எழுதத் தொடங்கினார்.

ஒரு பூனையைப் பார்த்துச் சொன்னார்:

குடிப்பது பாலை.....

ஆட்டுவது வாலை!

ஒரு நாயைப் பார்த்துச் சொன்னார்:

நல்ல நண்பன் நாயும்,

கள்வர் மீதே பாயும்!

ஒரு சேவலைப் பார்த்துச் சொன்னார்:

கொத்தித் திரியும் சேவல்,

கோழிக்கு நல்ல காவல்!

தன் சொந்த அப்பாவைப் பார்த்துச் சொன்னார்:

அச்சத்தை ஒழித்தவர்,

ஆண்மையை வளர்த்தவர்!

பாட்டியும், தாத்தாவும் அவருடைய செய்யுளை மிகவும் விரும்பினார்கள். அவற்றை அவர்கள் எழுதிக் கொண்டார்கள். நண்பர்களுக்கு அவற்றைப் படித்துக் காட்டினார்கள். விருந்தினர்களும் அவற்றைப் பிரதி எடுத்துக் கொண்டார்கள். இப்போதும், நண்பர்கள் கூட்டமாக இருக்கும் போது, யாராவது கூறுவார்.

“உன் செய்யுளில் சிலவற்றை ஏன் பாடிக்காட்டக் கூடாது?”

பூனை பற்றிய தன்னுடைய சமீபத்திய பாடலைச் சிறுவனாகிய அப்பா மகிழ்ச்சியோடு பாடிக்காட்டுவார். அது இவ்வாறு முடிந்தது:

சித்திரைத் திங்களாய்,

முத்திரை பதிக்கவா!

பெரிய ஆட்கள் எல்லாரும் சிரித்தார்கள். அந்தச் செய்யுள் சரியில்லை, அதுபோன்ற ஒன்றை யாராலும் நினைத்துப் பார்க்க முடியும் என்-று அவர்கள் உணர்ந்தார்கள். ஆனால் சிறுவனாகிய அப்பாவோ அவற்றை அற்புதமானவை என்று நினைத்தார். பெரிய ஆட்கள் மகிழ்ச்சியோடு சிரிப்பதாக அவர் நினைத்தார். தான் ஓர் உண்மையான கவிஞர் என்று முடிவு செய்தார். ஒவ்வொரு பிறந்த நாள் விழாவிலும், கேக் சாப்பிடுவதற்கு முன்னும் பின்னும் தனது கவிதைகளை அப்பா பாடினார். அத்தை லீஸா திருமணம் நடந்த போது தனது பாடல் ஒன்றைப் பாடிக்காட்டினார். இந்த முறை அவ்வளவு வெற்றிகரமாக அது அமையவில்லை. ஏனெனில் அது இவ்வாறு தொடங்கியது:

அத்தை லீஸாவுக்கே

இத்தனை விரைவாய்

திருமணம் நிகழுமென

ஒருவரும் கருதவிலை!

எல்லா விருந்தினர்களும் மனமாரச் சிரித்தார்கள். ஆனால் அத்தை லீஸா கண்ணீர் உகுந்து தனது அறைக்குள்ளாக

ஓடினாள். மணமகன் கண்ணீர் சிந்தவில்லை என்றாலும், சிரிக்கவில்லை.

அப்பா தண்டிக்கப்படவில்லை, ஏனெனில் அத்தை லீஸாவின் உணர்வுகளைப் புண்படுத்த வேண்டும் என்று அவர் கருதிச் செய்யவில்லை. எனினும், முன்னர் போல தன்னுடைய செய்யுளைக் கேட்டு பெரியவர்களில் சிலர் மகிழ்ச்சி அடையவில்லை என்பதை அவர் கவனிக்கத் தொடங்கினார். பிறகு, ஒருவர் மற்றவரிடம் சொன்னதைக் கேட்டார்:

''தனது முட்டாள்தனமான கவிதை வேறு எதையும் அந்த அதிசயக் குழந்தை பாடப் போவதில்லை என்று நான் நம்புகிறேன்!''

அப்பா பாட்டியிடம் சென்று கேட்டார்: ''அதிசயக் குழந்தை என்றால் அருத்தம் என்ன?''

''வித்தியாசமான குழந்தை என்பது பொருள்,'' என்றாள் பாட்டி.

''அவன் என்ன செய்து கொண்டிருக்கிறான்?''

''அதுவா, அவன் வயலின் வாசிக்கிறான், அல்லது கணக்கு நன்றாகப் போடுகிறான், அல்லது ஏராளமான கேள்விகளைத் தன் தாயாரிடம் கேட்பது பற்றிக் கவலைப்பட மாட்டான்.''

''அவன் பெரியவனாக வளர்ந்த போது என்ன நடந்தது?''

''அவன் வழக்கம் போல மிகவும் சாதாரணமான மனிதனாக மாறுகிறான்.''

''நன்றி,'' என்றார் சிறுவனாகிய அப்பா. ''இப்போது நான் புரிந்து கொண்டேன்.''

அடுத்த பிறந்த நாள் விழாவில் அவர் தனது கவிதையைப் பாடவில்லை. தனக்குத் தலைவலி இருப்பதாகக் கூறினார். அதன் பிறகு மிக நீண்ட நேரங்களுக்கு அவர் கவிதையே எழுதவில்லை. இப்போதும் கூட பிறந்த நாள் விழாவில் யாராவது அவரைக் கவிதை பாடும்படி கேட்கும் போது, அவருடைய தலை வலிக்கத் தொடங்கிவிடும்.

4

அப்பா பேராசிரியரைக் கடித்தது எப்படி

அப்பா சிறுவனாக இருந்த போது எப்போதுமே அவருக்குத் தடுமன் பிடித்து வந்தது. தும்மவும் இருமவும் செய்தார். சில நேரங்களில் அவருக்குத் தொண்டைப் புண் வந்தது. சில நேரங்களில் காதுவலி ஏற்பட்டது. ஒரு நாள் அவருடைய பெற்றோர் அவரை ஒரு டாக்டரிடம் கூட்டிச்சென்றார்கள். தனது கதவுக்கு வெளியே அவர் ஓர் அடையாளப் பலகை மாட்டியிருந்தார். அது இவ்வாறு இருந்தது: ‘‘காது, மூக்கு, தொண்டை நிபுணர்.’

‘‘இது அவருடைய பெயரா?’’ சிறுவனாகிய அப்பா கேட்டார்.

‘‘இல்லை, அவற்றிற்கு சிகிச்சை அளிப்பவர். தயவு செய்து அமைதியாக இரு!’’

அப்பாவினுடைய காது, மூக்கு, தொண்டை இவற்றை டாக்டர் பார்த்து விட்டு, அப்பாவுக்கு அறுவை சிகிச்சை தேவைப்படுவதாகக் கூறினார். ஆகவே அவர்கள் அப்பாவை மாஸ்கோவுக்குக் கூட்டிச் சென்றனர். அவருக்குத் தொண்டையில் அடினாய்டை அகற்ற வேண்டியிருந்தது.

மிகவும் வயதான, மிகவும் கண்டிப்பான, மிகவும் வெள்ளை முடிகொண்ட பேராசிரியர் கூறினார்:

‘‘உன் வாயைத் திற!’’

அப்பா வாயைத் திறந்த போது அந்த மனிதர் நன்றி கூடக் கூறவில்லை. அவர் வெறுமனே தனது கையை நுழைத்து, உள்ளுக்குள்ளாக எதையோ தடவத் தொடங்கினார். அது மிகவும் வலியாகவும், மகிழ்ச்சியற்றதாகவும் இருந்தது. அது காரணமாக, ‘‘ஆகா! அவை இங்கு தான்!’’ என்று சொல்லி இன்னும் கடினமாக இழுத்திய போது, அவர் திடீரென்று ஊளையிட்டு, அப்பாவின் வாயிலிருந்து தனது கையை

வெடுக்கென்று வெளியே இழுத்தார். அவருடைய பெருவிரலில் குருதி வடிந்ததை ஒவ்வொருவரும் கண்டார்கள். டாக்டருடைய அலுவலகம் மிகவும் அமைதியாயிற்று. பிறகு பேராசிரியர் சொன்னார்:

''அயோடின்!''

அவருக்கு அயோடின் கொடுக்கப்பட்டது. கட்டைவிரலின் மேலாகக் கொஞ்சம் பூசிக் கொண்டார். பிறகு சொன்னார்:

''காயங்கட்டத் துணி!''

அவருக்குத் துணி கொடுக்கப்பட்டது. தனது மற்றொரு கையால் கட்டைவிரலில் கட்டுப்போட்டார்.

பிறகு பேராசிரியர் மிகவும் தணிவான குரலில் பேசினார்:

''நாற்பது ஆண்டுகளாக நான் தொழில் செய்து கொண்டிருக்கிறன். இப்போது தான் முதல் முறையாகக் கடிக்கப்பட்டேன். அறுவை சிகிச்சை செய்து கொள்ள நீங்கள் வேறு யாரையேனும் தான் பார்க்க வேண்டும். நான் புறப்படுகிறேன். இதிலிருந்து என் கையைக் கழுவிக் கொள்கிறேன்!''

அதன் பிறகு அவர் சோப்புப் போட்டு நீரில் கைகளைக் கழுவிவிட்டுப் புறப்பட்டார். பிறகு தாத்தா மிகவும் கோபமடைந்தார். அவர் சொன்னார்:

''நாங்கள் உன்னை மாஸ்கோவுக்கு அழைத்து வந்தது குறிப்பாக இந்த டாக்டரைப் பார்ப்பதற்காகத்தான்! அவர் உன்னை குணப்படுத்த விரும்பினார்! நீ என்ன செய்தாய்? கட்டிடத்திற்கருகே பல் வைத்தியர் இருக்கிறார் என்பதை நீ தெரிந்து கொள். அங்குதான் டாக்டர்களைக் கடிப்பவர்களின் பற்களைப் பிடுங்குவார்கள். முதலில் நீ அந்தப் பல்வைத்தியரைப் பார்க்க விரும்புகிறாயா? அறுவை சிகிச்சை முடிந்த பிறகு உனக்கு நான் ஐஸ்கிரீம் வாங்குவேன் என்று உறுதிதருகிறேன்!''

'ஐஸ்கிரீம்' என்ற வார்த்தைகளைக் கேட்டதும் அப்பா சிந்தனை வயப்பட்டார். ஏனெனில் அதைச் சாப்பிடுவதற்கு அவர் ஒருபோதும் அநுமதிக்கப்படவில்லை. அவருடைய காது, மூக்கு, தொண்டை ஆகியவை இன்னும் மோசமாகப் போய்விடக் -கூடும் என்று தாத்தாவும் பாட்டியும் பயந்தார்கள்.

ஆனால் அப்பா ஐஸ்கிரீமை மிகவும் விரும்பினார். அதுபோன்ற அறுவை சிகிச்சைக்குப் பிறகு குழந்தைகளுக்கு ஐஸ்கிரீம் கொடுப்பார்கள் என்று கூறினார்கள்: ஏனெனில் அது குருதி வடிவதை நிறுத்தியது. அதனால் அந்நாள்களில் அவர்கள் அவ்வாறு செய்வதுண்டு. ஆகவே, ஐஸ் கிரீமை நினைத்துக்கொண்டு அப்பா சொன்னார்:

''இனிமேல் யாரையும் நான் கடிக்க மாட்டேன்...''

இருப்பினும், அறுவை சிகிச்சை செய்த இளம் டாக்டர் அப்பாவை எச்சரித்தார்:

''நினைவிருக்கட்டும், நீ உறுதி சொல்லியிருந்தாய்!''

அப்பா திரும்பவும் சொன்னார்:

''நான் கடிக்க மாட்டேன்....''

அப்பாவை விஷேடமான நாற்காலியில் அமர்த்தினார்கள். அவருடைய கையையும் காலையும் பிடித்துக் கொண்டார்கள். அவர் யாரையும் கடித்துவிடக் கூடும் என்பதற்காக அல்ல, எப்போதும் அவர்கள் அதைத்தான் செய்தார்கள். டாக்டர் தனது வேலையைச் செய்ய குழந்தைகள் குறுக்கிடக் கூடாது என்பதற்காகச் செய்யப்பட்டது. அது வேதனையாக இருந்தது. ஆனால் அப்பா அந்நேரம் முழுக்க ஐஸ்கிரீமைப் பற்றியே நினைத்துக் கொண்டிருந்தார். பிறகு டாக்டர் சொன்னார்:

''நல்லது, அவ்வளவே தான்! பலே ஆசாமி! நீ அழக் கூட இல்லை!''

அப்பா மிகவும் மகிழ்ச்சி அடைந்தார். பிறகு திடீரென்று டாக்டர் சொன்னார்:

''ஓ, கொஞ்சம் இருந்து விட்டது! இன்னும் நொடிப் பொழுது உன்னால் தாங்கிக் கொள்ள முடியுமா?''

''அப்படியே,'' என்றார் அப்பா. மீண்டும் ஐஸ்கிரீமைப் பற்றி நினைக்கத் தொடங்கினார்.

''இப்போது, உண்மையாகவே எல்லாம் முடிந்து விட்டது!'' என்றார் டாக்டர். ''நீ மிக அருமையான பையன்! இப்போது நீ கொஞ்சம் ஐஸ்கிரீம் சாப்பிட முடியும். என்ன மாதிரி உனக்கு விருப்பம்?''

''வனில்லா,'' என்ற அப்பா, தாத்தாவை உற்றுப் பார்த்தார். ஆனால் தாத்தா இன்னமும் அவர் மீது மிகுந்த கோபமாக இருந்தார்.

''ஐஸ்கிரீம் இல்லாமலேயே நீ இருக்க முடியும். அடுத்த முறை யாரையும் கடிக்க மாட்டாய்.''

அப்போது, தனக்கு ஐஸ்கிரீம் எதுவும் கிடைக்காது என்பதை அறிந்தபோது, அப்பா கண்ணீர் சிந்தினார். ஒவ்வொருவரும் அவருக்காக வருத்தப்பட்டார்கள். ஆனால் தாத்தா மிகவும் உறுதியோடு இருந்தார். தான் இன்னமும் அதை இன்று வரை நினைவு வைத்திருப்பது அவ்வளவு நியாமில்லை என்று அப்பா உணர்ந்தார். அப்போதிலிருந்து எந்தளவுக்கு ஐஸ்கிரீம் & வனில்லா, சாக்லேட், ஸ்ட்ராபெர்ரி & அவர் சாப்பிட்டாலும் தனக்கு அறுவை சிகிச்சை முடிந்ததும் தருவதாக கூறி கூறப்பட்ட ஐஸ்கிரீமை அவரால் மறக்க முடியாது.

அறுவை சிகிச்சைக்குப் பிறகு, மிகவும் அடிக்கடி நோய்வாய்ப்படுவதை அப்பா நிறுத்திக் கொண்டார். குறைவாகத் தும்மினார், குறைவாக இருமினார், அவருடைய தொண்டை வலி குறைவாக இருந்தது. அதுபோலத்தான் காதும்.

அறுவை சிகிச்சை அப்பாவுக்குப் பெரிதும் உதவியாக இருந்தது. பின் நாள்களில் நன்றாக இருப்பதற்காகச் சிலவேளைகளில் ஓரளவு வேதனையைப் பொறுத்துக் கொள்ள வேண்டியிருக்கிறது என்பதை அப்பா உணர்ந்து கொண்டார். அதன் பிறகு பல மாறுபட்ட டாக்டர்கள் அவரை வெட்டவும் குத்தவும் செய்தாலும், அவர் யாரையும் ஒருபோதும் கடிக்கவில்லை. ஏனெனில் அவர்கள் எல்லாருமே தனக்கு உதவ முயற்சித்துக் கொண்டிருக்கிறார்கள் என்பதை அவர் அறிவார். டாக்டரைப் பார்த்த ஒவ்வொரு முறைக்கும் பிறகு அப்பா தனக்குக் கொஞ்சம் ஐஸ்கிரீம் வாங்கினார். ஏனெனில் இன்று வரை அதை அப்பா விரும்புகிறார்.

5

அப்பா தொழிலைத் தெரிந்தெடுத்தது எப்படி

அப்பா சிறுவனாக இருந்த போது அவரிடம் அடிக்கடி கேட்கப்பட்டது: ''நீ பெரியவனாகும் போது என்னவாக விரும்புகிறாய்?'' அப்படி எப்போதுமே ஒரு விடையைத் தயாராக வைத்திருந்தார். ஆனால் ஒவ்வொரு முறையும் அவருடைய விடை வித்தியாசமாக இருந்தது. முதலில், ஓர் இரவுக் காவல்காரனாக வேண்டும் என்று அப்பா விரும்பினார். நகரம் முழுமையும் தூங்கிக் கொண்டிருக்கும் போது, இரவுக் காவல்காரன் விழித்திருப்பான் என்பதை நினைத்து விரும்பினார். மேலும் ஒவ்வொருவரும் தூங்கிக் கொண்டிருக்கும் போது தன்னால் ஓசை எழுப்ப முடியும் என்பதை நினைத்து விரும்பினார். பெரியவனாக வளரும் போது தான் ஓர் இரவுக் காவல்காரனாகப் போக விரும்புவதில் அவர் முற்றிலும் உறுதியாக இருந்தார். ஆனால் பிறகு ஐஸ்கிரீம் விற்பவன் தனது பிரகாசமான பச்சை நிற வண்டியுடன் நெடுகிலும் வந்தான். ஏன், அவரால் ஒரு வண்டியைத் தள்ள முடியும், தான் விரும்பிய எல்லா ஐஸ்கிரீமையும் அவரால் சாப்பிட முடியும்!

"நான் ஒவ்வொன்றும் விற்கும் போது, நானும் ஒரு ஐஸ்கிரீம் சாப்பிடுவேன்!'' என்று அப்பா நினைத்தார். ''மேலும் சிறு குழந்தைகளுக்கு ஐஸ்கிரீம் இலவசமாகக் கொடுத்து மகிழ்விப்பேன்.''

தங்களுடைய மகன் ஐஸ்கிரீம் விற்பவனாக விரும்புகிறான் என்பதைக் கேட்டபோது, சிறுவனாகிய அப்பாவின் பெற்றோர்கள் பெரிதும் வியப்புற்றுப் போனார்கள். அது மிகவும்

கேலிக்கூத்தானது என்று நினைத்தார்கள். ஆனால் பெரியவனாக வளர்வதில் இது மிகவும் சுவையான தொழிலாக இருக்கும் என்று அவர் நினைத்தார்.

பிறகு ஒரு நாள் சிறுவனாகிய அப்பா இரயில் நிலையத்தில் ஒரு விநோதமான ஆளைக் கண்டார். அந்த மனிதர் ரயில்பெட்டிகளையும், வாகனங்களையும் வைத்து விளையாடிக் கொண்டிருந்தார். ஆனால் அவை உண்மையான ரயில்பெட்டிகளும், உண்மையான வாகனங்களுமாகும்! அவர் பிளாட்பாரங்களின் மீது குதித்து, ரயில்பெட்டிகளுக்கு அடியில் ஊர்ந்து சென்று, புதுமையானதும், அதிசயமானதுமான விளையாட்டை விளையாடினார்.

“யார் அந்த ஆள்?” அப்பா கேட்டார்.

“இரயில் வண்டித்தொடர்களை ஷண்டிங் செய்கிற ‘ஷண்டர்.”

இப்போது தனக்கு என்னவாக விருப்பம் என்பதை சிறுவனாகிய அப்பா அறிந்தார்! சற்று சிந்தியுங்கள்! அவர் இரயில் வண்டித்தொடர்களை ஒன்று சேர்ப்பார்! இதைவிட உலகத்தில் வேறென்ன ஆர்வமூட்டுவதாக இருக்க முடியும்? வெளிப்படையாக, எதுவுமில்லை. தான் ஒரு ‘ஷண்டர்’ ஆகப் போகிறேன் என்று அப்பா சொன்ன போது யாரோ அவரைக் கேட்டான்:

“ஐஸ்கிரீம் விற்பது என்னவாயிற்று?”

இது ஒரு பிரச்சினை. ‘ஷண்டர்’ ஆவதென்று அப்பா முடிவு செய்துவிட்டாலும், பிரகாசமான பச்சை நிற ஐஸ்கிரீம் வண்டியை விட்டுவிட அவர் விரும்பவில்லை. கடைசியில், அவர் ஒரு வழி கண்டுபிடித்தார்.

“நான் ஒரு ‘ஷண்டர்’ ஆகவும் ஐஸ்கிரீம் விற்பவனாகவும் இருப்பேன்!”

ஒவ்வொருவரும் அதிசயித்துப் போனார்கள். ஆனால் சிறுவனாகிய அப்பாவோ எல்லாவற்றையும் முற்றிலும் தெளிவாகி விளக்கினார்:

“அது ஒன்றும் சிரமமானதல்ல. காலையில் நான் ஐஸ்கிரீம் விற்பேன். சற்று நேரம் விற்ற பிறகு, இரயில் நிலையத்திற்குச் செல்வேன். அங்கு சில பெட்டிகளை ஷண்டிங் அடித்து விட்டு திரும்பவும் இன்னும் கொஞ்சம் ஐஸ்கிரீம் விற்பதற்காகப்

போவேன். பிறகு திரும்பவும் இரயில் நிலையம் போய் வேலை செய்வேன், பிறகு இன்னும் கொஞ்சம் ஐஸ்கிரீம் விற்பேன். அது சிரமமாக இருக்காது. ஏனெனில் எனது வண்டியை இரயில் நிலையத்திற்குப் பக்கத்தில் நிறுத்தி வைப்பேன். இரயில் வண்டிகளை விட்டுத் தொலைவிற்குப் போய்விட மாட்டேன்.''

ஒவ்வொருவரும் திரும்பவும் சிரித்தார்கள். அப்பா கோபமடைடந்து சொன்னார்:

''நீங்கள் என்னைப் பார்த்துச் சிரிப்பதாக இருந்தால், இதோடு நான் இரவுக் காவல்காரனாகவும் இருப்பேன். ஏனென்றால், இரவில் செய்வதற்கு வேலை எதுவுமில்லை.''

எல்லாமே தீர்த்து வைக்கப்பட்டது. ஆனால் பிறகு அப்பா ஒரு விமானியாக வேண்டும் என விரும்பினார். பிறகு ஒரு நடிகனாக வேண்டும் என விரும்பினார். ஆனால் தாத்தா அவரை ஒரு தொழிற்சாலைக்கு அழைத்துச் சென்ற பிறகு, ஒரு 'டர்னராக' வேண்டும் எனத் தீர்மானித்தார். இத்துடன், ஒரு மாலுமியாக வேண்டும் என விரும்பினார். அல்லது குறைந்தது, ஒரு மேய்ப்பனாக, பசுக்களோடு நடந்து சென்றபடி, சவுக்கை பலமாக வீசியபடி தனது நாட்களைக் கழிக்க அவர் விரும்பினார்.

இறுதியாக, தான் உண்மையாகவே ஒரு நாய் ஆக விரும்புவதாகத் தீர்மானித்தார். நாள் முழுக்க கைகள், முழங்கால்கள் கொண்டு சுற்றிலும் ஓடி, அந்நியர்கள் மீது குரைத்தார். ஒரு வயதான பெண் இவரது தலையை தடவிக் கொடுக்க விரும்பிய போது, அவளைக் கடிக்கவும் முயன்றார். மிக நன்றாகக் குரைப்பது எப்படி என்பதைச் சிறுவனாகிய அப்பா கற்றுக் கொண்டு விட்டார். ஆனால் காலால் தனது காதுக்குப் பின்புறம் எப்படிச் சுரண்டுவது என்பதைக் கற்றுக்கொள்ள முடியவில்லை, மிகவும் சிரமப்பட்டு முயன்றும். தான் வெளியே சென்று, உண்மையான நாய்க்கு அருகே அமர்ந்தால் மிக விரைவாகக் கற்றுக்கொள்ள முடியும் என்று நினைத்தார். அவர் செய்ததும் சரியாக அதுதான்.

அந்நேரத்தில் ஓர் அதிகாரி தெருவில் நடந்து போய்க் கொண்டிருந்தார். அவர் நின்று அப்பாவைப் பார்த்தார். சற்றுநேரம் அவரைக் கவனித்துவிட்டு, பிறகு கேட்டார்:

''இங்கே என்ன செய்து கொண்டிருக்கிறாய்?''

"நான் ஒரு நாயாக இருக்க விரும்புகிறேன்," சிறுவனாகிய அப்பா சொன்னார்.

பிறகு அந்த அந்நிய மனிதர் கூறினார்:

"ஒரு மனிதனாக வேண்டும் என நீ விரும்பவில்லையா?"

"நான் நீண்டகாலமாக மனிதனாகத்தான் இருந்து கொண்டிருக்கிறேன்," என்றார் அப்பா.

"ஒரு நாயாகக் கூட இருக்க முடியவில்லை என்றால், நீ என்ன மாதிரியான ஆள்? அதுபோல ஒரு மனிதன் இருக்க முடியுமா?"

"சரி, அவன் எது போல இருக்கிறான்?" அப்பா கேட்டார்.

"அதை நீயாகவே சிந்தித்துப்பார்," என்று அந்த அதிகாரி கூறிவிட்டு, அப்பால் நடந்து போய்விட்டார்.

அவர் சிரித்துக் கொண்டிருக்கவில்லை, முறுவலிக்கக் கூடச் செய்யவில்லை. ஆனால் சிறுவனாகிய அப்பா திடீரென்று தன்னைப் பற்றி மிகவும் வெட்கப்பட்டுப் போனார். சிந்திக்கத் தொடங்கினார். மேன்மேலும் சிந்தித்தார். அதிகம் சிந்தித்தது தன்னைப் பற்றி அதிகம் வெட்கப்படும்படி செய்தது. அந்த அதிகாரி இவரிடம் எதையும் விளக்கவில்லை. ஆனால் தன் மனத்தை ஒவ்வொரு நாளும் மாற்றிக் கொள்ள முடியாது என்று அப்பா திடீரென்று புரிந்து கொண்டார். மேலும், மிகவும் முக்கியமானது என்னவென்றால், தான் என்னவாக வேண்டும் என்று அறிந்து கொள்வதற்குத் தான் மிகவும் சின்னவன் என்பதைப் புரிந்துகொண்டது தான். மறுமுறை அதே கேள்வியை அவரிடம் கேட்டதில், அந்த அதிகாரியை நினைவில் கொண்டு பதில் சொன்னார்:

"நான் மனிதனாக இருக்க விரும்புகிறேன்."

ஒருவரும் சிரிக்கவில்லை. எல்லாவற்றிலும் இதுவே சிறந்த விடை என்பதைச் சிறுவனாகிய அப்பா புரிந்துகொண்டார். அவர் இன்னமும் அப்படித் தான் நினைக்கிறார். எல்லாவற்றிற்கும் முதலாக, நீங்கள் நல்ல மனிதனாக இருக்க வேண்டும். இதுதான் விமானிக்கும், மேய்ப்பனுக்கும், ஐஸ்கிரீம் விற்பவனுக்கும் மிக முக்கியமானது. ஏனென்றால், காலால் தனது காதுக்குப் பின்புறம் எப்படிச் சுரண்டுவது என்பதை ஒரு மனிதன் உண்மையிலேயே தெரிந்துகொள்ள வேண்டியதில்லை.

6

அப்பா இசை படித்தது எப்படி

அப்பா சிறுவனாக இருந்த போது அவருடைய பெற்றோர்கள் அவருக்கு எல்லாவிதமான விளையாட்டுச் சாமான்களும் வாங்கிக் கொடுத்தார்கள். ஒரு பந்து. ஒரு லோட்டோ. ஒரு விளையாட்டுக் கார். மேலும் திடீரென்று அவர்கள் ஒரு பியானோ வாங்கினார்கள். ஆனால் இது விளையாட்டுச் சாமான் அல்ல. நியாயமாகவே அது ஓர் உண்மையான பியானோ. பளபளக்கும் கருப்பு மூடி கொண்டது. அது மிகப் பெரியது. அறையில் பாதியை அடைத்துக் கொண்டது.

தாத்தாவிடம் அப்பா கேட்டார்:

''பியானோ வாசிக்க உங்களுக்குத் தெரியுமா?''

''தெரியாது,'' என்றார் தாத்தா.

பிறகு அப்பா பாட்டியிடம் கேட்டார்:

''பியானோ வாசிப்பது எப்படி என்று உங்களுக்குத் தெரியுமா?''

''தெரியாது,'' என்றாள் பாட்டி.

''பிறகு பியானோவை வாசிக்கப் போவது யார்?'' சிறுவனாகிய அப்பா கேட்டார். தாத்தாவும் பாட்டியும் ஒரே குரலில் சொன்னார்கள்:

''நீ தான்!''

''ஆனால் எனக்கும் எந்தவகையிலும் எப்படி என்று தெரியாது.''

''உனக்கு இசை கற்பிக்கப்படும்,'' என்றார் தாத்தா. பாட்டி மேற்கொண்டு கூறினாள்:

''உன்னுடைய ஆசிரியையின் பெயர் நதாலியா ஃபியோதொரவ்னா.''

தனக்கு மிகவும் அற்புதமான பரிசு வழங்கப்பட்டிருப்பதாக அப்பா திடீரென்று உணர்ந்தார். அதற்கு முன்னர் ஆசிரியை எவரும் ஒருபோதும் வீட்டிற்கு வந்ததில்லை. தனது புதிய விளையாட்டுச் சாமான்களோடு எப்படி விளையாட வேண்டும் என்பதை அவர் தானாகவே கற்றுக் கொண்டிருந்தார்.

பிறகு பாட்டு ஆசிரியை வந்தாள். அவள் மென்மையாகப் பேசும் வயதான அம்மையார். அப்பாவுக்காக அவள் பியானோ வாசித்தாள். பிறகு அவள் சுரங்கள் பற்றி அப்பாவுக்குச் சொல்லிக் கொடுக்கத் தொடங்கினாள். அவை ஏழு: ச, ரி, க, ம, ப, த, நி. அவற்றை அப்பா மிக விரைவாகக் கற்றுக் கொண்டார். ஏனெனில் எல்லா சுரங்களுக்கும் அவர் படங்கள் வரைந்தார், தனது அரிச்சுவடிப் புத்தகத்தில் இருப்பது போல. அவர் சொன்னார்:

" 'ச' என்பது சக்கரம்." ஒரு சக்கரம் வரைந்தார். " 'ரி' என்பது ரிப்பன்," ஒரு ரிப்பனின் படம் வரைந்தார். பிறகு கட்டில் படம் வரைந்தார் 'க' வைக் குறிப்பதற்காக. 'ம' வைக் குறிக்க மரம் வரைந்தார். 'ப' வைக் குறிக்கப் பந்தும் 'த' வைக் குறிக்கத் தட்டும் 'நி' யைக் குறிக்க நிலாவும் வரைந்தார். அப்பா பெரிதும் மகிழ்ச்சியுற்றார். ஆனால் பியானோவை வாசிக்கக் கற்றுக்கொள்வது சிரமம் என்பதை விரைவிலேயே அவர் புரிந்து கொண்டார். ஒரே பாட்டையே திரும்பத் திரும்ப வாசித்ததால் அவர் களைப்படைந்து போனார். எந்த வழியிலும், படிப்பதோ, விளையாடுவதோ அல்லது எதுவுமே செய்யாமல் இருப்பதோ மிகவும் வேடிக்கையாக இருந்தது. இருவார காலத்திற்குள்ளாக இசைப் பாடங்களால் அப்பா மிகவும் சலிப்பும் களைப்பும் அடைந்தார். பியானோவைப் பார்ப்பதைக் கூடச் சகிக்க அவரால் முடியவில்லை. ஆரம்பத்தில் அப்பாவிடம் அத்தனை மகிழ்ச்சியாக இருந்த நதாலியா ஃபியோதொரவ்னா இப்போது துயரத்தோடு தன் தலையை ஆட்டினாள்:

"இசை படிப்பதற்கு உனக்கு விருப்பமில்லையா?" அவள் அப்பாவைக் கேட்டாள்.

"இல்லை," என்றார் அப்பா. அவர் இதையே சொன்ன ஒவ்வொரு முறையும் அவள் கோபமடைந்து தனக்குச் சொல்லித்தருவதை நிறுத்திவிடக் கூடும் என்று நினைத்தார். ஆனால் அவள் நிறுத்தவில்லை.

பாட்டியும் தாத்தாவும் சிறுவனாகிய அப்பாவைத் திட்டினார்கள்.

“உனக்காக நாங்கள் வாங்கித்தந்த அழகான பியானோவைப் பார்,” என்றார்கள். “உனக்குச் சொல்லித் தருவதற்காக ஓர் ஆசிரியை வருகிறாள்.... எப்படி வாசிப்பது என்பதைக் கற்றுக் கொள்ள நீ விரும்பவில்லையா? உனக்கு வெட்கமாக இல்லை!”

மேலும் தாத்தா பேசினார்:

“இசை படிப்பதற்கு அவன் இப்போது விரும்பவில்லை. பிறகு பள்ளிக்கூடம் போகப் பிடிக்கவில்லை என்று அவன் முடிவு செய்வான். பிறகு வேலை செய்வதில் எந்த அருத்தமும் இல்லை என்று முடிவு செய்வான். இத்தகைய சோம்பேறிப் பையன்கள், சிறுவர்களாக இருக்கும்போதே எப்படி வேலை செய்வது என்பது பற்றிக் கற்றுக் கொடுக்கப்பட வேண்டும்! அந்தப் பியானோவை எப்படி வாசிப்பது என்பதை நீ உறுதியாகக் கற்றுக் கொள்ளவும்!”

பாட்டி மேற்கொண்டு பேசினாள்:

“நான் சிறுமியாக இருந்த போது எனக்கு இசைப் பாடம் கிடைத்திருக்குமேயானால், நான் மிகுந்த நன்றியுடையவளாக மட்டுமே இருந்திருப்பேன்.”

“உங்களுக்கு மிக்க நன்றி. ஆனால் இதற்கு மேலும் இசை படிக்க நான் விரும்பவில்லை,” சிறுவனாகிய அப்பா கூறினார்.

அடுத்த முறை நதாலியா ஃபியோதொரவ்னா வீட்டிற்கு வந்த போது, சிறுவனாகிய அப்பா காணாமற் போய்விட்டார். அவர்கள் வீடு முழுக்கவும் தெருவிலும் அவரைத் தேடினார்கள். ஆனால் எங்குமே கண்டுபிடிக்க முடியவில்லை. ஒரு மணிக்குப் பிறகு அவருடைய பாடம் முடிந்திருக்க வேண்டும் எனக் கருதப்பட்ட உடனேயே, படுக்கைக்கு அடியிலிருந்து தவழ்ந்து வெளியேறிய சிறுவனாகிய அப்பா சொன்னார்:

“போய் வருக, நதாலியா ஃபியோதொரவ்னா!”

பிறகு தாத்தா சொன்னார்:

“நான் அவனைத் தண்டிப்பேன்!”

பிறகு சிறுவனாகிய அப்பா சொன்னார்:

''இதற்கு மேல் நான் இசை படிக்க வேண்டியதில்லை என்கின்ற வரை, நீங்கள் என்னை எப்படித் தண்டிப்பீர்கள் என்பது பற்றி எனக்குக் கவலையில்லை.''

பிறகு அவர் கண்ணீர் வடித்தார்.

ஏனென்றால், அவர் இன்னமும் மிகச் சிறியவனாகத்தான் இருந்தார். அந்தளவுக்கு அதிகமாகத் தனது இசைப் பாடங்களை அவர் வெறுத்தார். பிறகு இசை ஆசிரியை கூறினாள்:

''இசை மக்களுக்கு மகிழ்ச்சி தருவதாக இருக்க வேண்டும். என்னுடைய மாணவர்களில் எவரும் தங்களுடைய படுக்கைகளுக்குக் கீழாக ஒளிந்ததில்லை. ஒரு குழந்தை ஒரு மணி நேரம் முழுக்கப் படுக்கைக்கு அடியில் படுத்திருப்பதை மேலாகக் கருதினால், அவனுக்கு இசை படிக்க விருப்பமில்லை என்பது பொருள். அவ்வாறானால், அவனைக் கட்டாயப்படுத்துவதில் பொருளில்லை. ஒருவேளை, அவன் பெரியவனாகின்ற போது, அதற்காக அவன் வருத்தப்படுவான். போய் வருக! என்னிடமிருந்து தங்களுடைய படுக்கைகளுக்குக் கீழே ஒளியாத குழந்தைகளிடம் நான் போவேன்.''

அவள் புறப்பட்டாள். அவள் திரும்ப வரவே இல்லை. எந்தவகையிலோ தாத்தா சிறுவனாகிய அப்பாவைத் தண்டித்தார். பாட்டியும் அவரைத் தனியாகத் தண்டித்தாள். அதன் பிறகு நீண்ட நாட்களுக்கு, பியானோவைக் கடந்து செல்கின்ற போதெல்லாம், சிறுவனாகிய அப்பாவின் முகத்திலே ஒரு கருமையான தோற்றம் காணப்பட்டது.

சிறுவனாகிய அப்பா பெரியவனாகிய போது, தனக்கு இசை ஞானமில்லை என்பதைக் கண்டுபிடித்தார். இன்னமும் ஒரு பாட்டைக் கூட அவரால் சரியாகப் பாட முடியாது. நிச்சயமாக அவர் ஒருபோதும் பியானோவை அருமையாக வாசிக்கக் கற்றுக்கொள்ளவில்லை.

சரி, உண்மையில் பியானோப் பாடங்களைப் படிப்பது எல்லாக் குழந்தைகளும் இல்லை.

7

அப்பா ரொட்டியைத் தரையில் வீசியது எப்படி

அப்பா சிறுவனாக இருந்த போது சுவையாக இருந்த ஒவ்வொன்றையும் விரும்பினார். சலாமியை விரும்பினார். பாலாடைட்க கட்டியை விரும்பினார். இறைச்சிப் பண்டங்களை விரும்பினார். ஆனால் அவர் ரொட்டியை விரும்பவில்லை. ஏனெனில் எப்போதுமே அவருக்குச் சொல்லப்பட்டது: "உன் ரொட்டியைத் தின்ன மறக்காதே!''

ஆனால் ரொட்டி சுவையானதாக இல்லை. ரொட்டியைச் சாப்பிடுவது வேடிக்கையானதில்லை. புத்தியில்லாத சிறுவனாகிய அப்பா நினைத்தது அதுதான். சிற்றுண்டியின் போதோ, காலை உணவின் போதோ அவர் ரொட்டியை ஒருபோதும் தின்றதில்லை. இரவுச் சாப்பாட்டின் போது கூடத்தான். ரொட்டியை மிகச் சிறிய பந்து உருண்டைகளாக உருட்டுவார். ரொட்டியின் மேற்பகுதிகளை விட்டு விடுவார். தனது துண்டை மேசை விரிப்புக்குக் கீழாக மறைத்து வைப்பார்.

"அந்த ரொட்டியை நான் தின்ன வேண்டியதில்லை என்னும் போது எவ்வளவு அற்புதமாக இருக்கும்!'' என்று புத்தியில்லாத சிறுவனாகிய அப்பா நினைத்தார். "நான் பேசுவேன்: 'இன்று காலைச் சாப்பாட்டிற்கு என்ன வைத்திருக்கிறீர்கள்? பாலடைக் கட்டியா? எந்த ரொட்டியும் இல்லாது அதை நாம் சாப்பிடலாம்.' சலாமியோடும் எந்தவகையிலும் ரொட்டி வேண்டாம்! ரொட்டி இல்லாத சிற்றுண்டி எத்தனை சுவையானது! நமது சூப்புடனோ, இறைச்சியுடனோ ரொட்டியே கிடையாது. அந்த வாழ்க்கை எப்படி இருக்கும்! இரவுச் சாப்பாட்டிற்கும் எந்தவகையிலும் ரொட்டியில்லை. மறுநாள் எந்த ரொட்டியும் சாப்பிட வேண்டி இராது என்பதை அறிய படுக்கைக்குச் செல்வது எவ்வளவு

அருமையாக இருக்கிறது!" சிறுவனாகிய அப்பா நினைத்ததெல்லாம் இதுதான். பெரியவனாகும் வரை அவரால் காத்திருக்க முடியாது.

அவர் தவறு செய்வதாக தாத்தாவும் பாட்டியும் வேறு பலரும் அவருக்குச் சொன்னார்கள். ஆனால் அவரோ அதைச் செவிமடுக்கவில்லை. ரொட்டி அவருக்கு மிகவும் நல்லது என்று அவர்கள் கூறினார்கள். மோசமான, புத்தியில்லாத பையன் மட்டுமே ரொட்டியைச் சாப்பிடாமல் இருப்பான் என்று அவர்கள் கூறினார்கள். நல்ல பழுப்பு நிறமான ரொட்டியை ஒருவன் சாப்பிடவில்லை என்றால் நோய்வாய்ப்படுவான் என்று கூறினார்கள்.

ஒரு முறை பயங்கரமான நிகழ்ச்சி ஒன்று ஏற்பட்டது. சிறுவனாகிய அப்பாவுக்கு அதிக வயதான செவிலித்தாய் ஒருத்தி இருந்தாள். அவள் அப்பாவைப் பெரிதும் நேசித்தாள். ஆனால் மேசைக்கு முன்னர் அவர் மட்டுமீறி அமளி செய்கின்ற போது, மிகவும் கோபமடைவாள். ஒரு நாள் பாட்டியும் தாத்தாவும் வெளியே போயிருந்தார்கள். சிறுவனாகிய அப்பா இரவுச் சாப்பாட்டைத் தனியாகச் சாப்பிட்டுக் கொண்டிருந்தார். வழக்கம் போல, அவர் ரொட்டியைத் தின்னவில்லை. செவிலித்தாய் சொன்னாள்:

"உன் ரொட்டியைச் சாப்பிடு, அல்லது உனக்கு வேறு எதையும் நான் தர மாட்டேன்!"

"எனக்கு ரொட்டி வேண்டாம்!" சிறுவனாகிய அப்பா கூறினார்.

மேலும் ரொட்டியை தரை மீது வீசினார். பிறகு செவிலித்தாய் அந்தளவு அதிகக் கோபமடைந்ததால் ஒரு வார்த்தை கூட அவளால் சொல்ல முடியவில்லை. அவள் திட்டியிந்ததை விட அது மோசமாக இருந்தது. அமைதியாக அவரையே பார்த்துக் கொண்டிருந்தாள்.

கடைசியாக, அவள் சொன்னாள்:

"அந்த ரொட்டித் துண்டை வெறுமனே தரையில் வீசியதாக நீ நினைக்கிறாய்? அப்படியா, நீ நினைப்பது தவறு. அது என்னவென்று உனக்கு நான் சொல்கிறேன். நான் சிறுமியாக இருந்த போது ஒரு சிறிய ரொட்டித் துண்டைப் பெறுவதற்காக நாள் முழுக்க ஒரு தாராக்கூட்டத்தையே பார்த்துக்கொள்ள

வேண்டியிருந்தது. ஒரு குளிர்காலத்தின் போது எங்களிடம் எந்தத் தானியமுமே எஞ்சியிருக்கவில்லை. என் தம்பி, நீ இப்போது இருப்பதைக் காட்டிலும் அதிக வயதானவன் அல்ல, பசியினால் செத்துப் போனான். யாரேனும் அவனுக்கு ரொட்டித் துண்டு ஒன்றைக் கொடுத்திருந்தானேயாகில், அவன் செத்துப் போயிருக்க மாட்டான். அவர்கள் உனக்குப் படிக்கவும், எழுதவும் சொல்லிக் கொடுக்கிறார்கள், ஆனால் ரொட்டி எங்கிருந்து வருகிறது என்பதை உனக்குக் கற்றுத் தரவில்லை. மக்கள் கஷ்டப்பட்டு வேலை செய்து தானியத்தை வளர்த்து, ரொட்டி தயாரிக்கிறார்கள். பிறகு நீ அதை தரைமீது வீசி எறிகிறாய். உனக்கு வெட்கமாக இல்லை! உன்னைப் பார்ப்பதற்குக் கூட நான் விரும்பவில்லை!''

சிறுவனாகிய அப்பா படுக்கச் சென்றார். மறுநாள் காலை அவர் விழித்தெழுந்த போது, அவர் தண்டிக்கப்பட்டிருப்பதாகவும், அன்று முழுக்க எந்த ரொட்டியும் கிடைக்காது என்றும் அவருக்குக் கூறப்பட்டது. உணவுக்குப் பிந்திய இனிப்பு பானங்கள் அவருக்கு அடிக்கடி மறுக்கப்பட்டது. சில நேரங்களில் இரவுச் சாப்பாடு இல்லாமல் கூட அவர் படுக்கைக்குச் செல்ல வேண்டியிருந்திருக்கிறது. இது எல்லாமே செவிலித்தாயின் யோசனை. அது மிகவும் அருமையான யோசனையாகவே இருந்தது. காலை உணவுக்-கு ரொட்டி இல்லாமல் பாலாடைக் கட்டியையே சிறுவனாகிய அப்பா எடுத்துக் கொண்டார். அது மிகவும் சுவையாக இருந்தது. அதைத் தின்பதற்கு ஒரு நிமிட நேரமே பிடித்தது. ஆனால் அவர் காலை உணவை முடித்து விட்டிருந்த போது, அவர் இன்னமும் பசியாகவே இருந்தார். ஏனெனில் அவர் ரொட்டி எதையும் எடுத்துக் கொள்ளவில்லை. சிற்றுண்டி நேரம் வரையில் சிரமத்தோடு காத்திருக்க வேண்டியதாயிற்று. ஆனால் ரொட்டி இல்லாத கட்லெட்டுகள் வயிற்றை நிரப்பவில்லை. நாள் முழுக்க ரொட்டிக்காக அவர் பசியோடு இருந்தார். பொறித்த முட்டைகளை இரவு உணவாகச் சாப்பிட்டார். ரொட்டி இல்லாமல் அது மோசமான சுவை கொண்டதாக இருந்தது.

ஒவ்வொருவரும் அப்பாவைப் பார்த்துச் சிரித்தார்கள். ஓராண்டு முழுக்க அவருக்கு இனி ரொட்டியே கிடைக்காது என்று அவர்கள் கூறினார்கள். ஆனால் மறுநாள் காலையில் அவருக்கு ஒரு துண்டு ரொட்டி கொடுத்தார்கள். அது மிகவும்

சுவையாக இருந்தது. யாரும் ஒருவார்த்தை பேசவில்லை, ஆனால் ஒவ்வொருவரும் அப்பா அதைச் சாப்பிடுவதைக் கவனித்தார்கள். சிறுவனாகிய அப்பா மிகவும் வெட்கிப் போனார். அப்போதிலிருந்து அவர் எப்போதுமே ரொட்டியைச் சாப்பிட்டார். திரும்பவும் அதை அவர் ஒருபோதும் தரையில் வீசவில்லை.

8

அப்பா மனத்தாங்கல் கொண்டது எப்படி

அப்பா சிறுவனாக இருந்த போது எப்போதுமே மனத்தாங்கல் கொள்பவராக இருந்தார். மொத்தமாக இருந்த ஒவ்வொருவர் மீதும், தனித்தனியாக ஒவ்வொரு ஆள் மீதும் அவர் கோபப்பட்டார். “சாப்பாட்டை எதற்காகச் சிறிது சிறிதாகத் தின்கிறாய்?'' என்று யாராவது சொல்லும் போது, அவர் மனத்தாங்கல் கொள்வார். “எதற்காக நீயாகவே இப்படி அதிகம் தின்கிறாய்?'' என்று யாராவது சொல்லும் போதும், மனத்தாங்கல் கொள்வார்.

பாட்டியிடம் கோபமாக இருந்தார், ஏனெனில் அவளிடம் ஏதோ சொல்ல வேண்டும் என்று விரும்பிய போது அவளோ மும்முரமாக, அவர் கூறுவதைக் கேட்பதற்கு நேரமில்லாது இருந்தாள். தாத்தாவோடு கோபமாக இருந்ததால், ஏனெனில் தாத்தா அப்பாவிடம் எதையோ சொல்வதற்கு விரும்பியதால், இப்போது அவரும் மும்முரமாக, கேட்பதற்கு நேரமில்லாது இருந்தார். அப்பாவினுடைய பெற்றோர்கள் வெளியிலோ, அரங்கத்திற்கோ சென்றபோது, அவர் கோபமடைந்து கத்துவார். தன்னுடைய பெற்றோர்கள் தன்னுடனேயே வீட்டில் எல்லா நேரமும் இருக்க வேண்டும் என்று விரும்பினார். ஆனால் சர்க்கஸ் பார்க்கப் போக வேண்டும் என்று விரும்பிய போது, சிறுவனாகிய அப்பா இன்னமும் சற்று உரக்கக் கத்துவார். அவர் வீட்டில் இருக்க வேண்டிய இருந்தால் கோபமாக இருந்தார்.

அப்பாவின் தம்பி, சித்தப்பா வித்யா அப்போது மிகச் சிறு பையனாக இருந்தார். அவர் அப்பாவைக் கோபமடையச் செய்தார், ஏனெனில் அப்பாவோடு பேசுவதை அவர் விரும்பவில்லை. சித்தப்பா வித்யா அவரைப் பார்த்து

முறுவலித்து, தனது கால்விரலைச் சுவைத்தார். மிகவும் சிறு குழந்தையாக இருந்ததால் அவரால் சொல்ல முடிந்த ஒரே வார்த்தை 'அ&ப்&பா' தான். ஆனால் அப்பா எப்படியும் கோபமடைந்தார். அத்தை வீட்டிற்கு வந்தால், அவளோடு கோபம் கொண்டார். மாமா வீட்டிற்கு வந்தால், அவரோடு கோபம் கொண்டார். அத்தையும் மாமாவும் சேர்ந்து வந்தால், அவர்கள் இருவர் மீதும் கோபம் கொண்டார். நேரங்களில், அத்தை தன்னைக் கேலி செய்வதாக நினைத்தார். மாமா தன்னோடு பேச விரும்பவில்லை என்று சில நேரம் நினைத்தார். மற்ற காரணங்களையும் கூட நினைத்துக்கொள்வார்.

பரந்த இந்த உலகம் முழுமையிலும் தான் மிக முக்கியமான மனிதன் என்று சிறுவனாகிய அப்பா நினைத்தார். அவர் எதையாவது சொல்ல விரும்பினால், ஒவ்வொருவரும் வாயடைத்து நிற்க வேண்டியிருந்தது. பேச வேண்டும் என்ற உணர்வு அவருக்கு இல்லை என்றால், வேறு எவரும் பேசக் கூடாது என்று எதிர்பார்க்கப்பட்டது. பூனை போல 'மியாவ்' எனவும், குரைக்கவும், உறுமவும், கூவவும், பசு போல 'ம்மா' எனவும் ஒலியெழுப்ப அவர் விரும்பினால், ஒவ்வொருவரும் தாங்கள் எதைச் செய்து கொண்டிருந்தாலும் நிறுத்தி விட்டு, அவருடைய அதிசயமான ஓசைகளைக் கேட்க வேண்டியிருந்தது. தன்னைப் போலவே நல்லவராகிய பெரியவர்களும் சிறியவர்களுமாக உள்ள, மற்ற பிறரைப் பற்றிச் சிறுவனாகிய அப்பா ஒருபோதும் நினைத்ததில்லை. அவரிடம் யாரேனும் விவாதம் செய்தாலோ, கடிந்துரைத்தாலோ அப்பா கோபமடைவார். அது மிகவும் வெறுக்கத்தக்கதாக இருந்தது. உதடுகளைப் பிதுக்கி, முகஞ்சுளித்து, வெடுவெடுப்போடு அங்கிருந்து போய்விடுவார்.

எப்போதுமே அவர் யாருடனாவது கோபப்படவோ, யாருடனாவது விவாதம் செய்யவோ, மனத்தாங்கல் கொள்ளவோ செய்தார். காலையிலிருந்து மாலை வரை அவருக்கு ஆறுதல் சொல்லவோ, மகிழ்ச்சிப் படுத்தவோ வேண்டியிருந்தது. காலையில் கண்ணைத் திறந்த அக்கணமே கோபமுற்றது ஏனெனில் சூரியன் அவரை உசுப்பி விட்டுவிட்டது. இரவில் தூங்கிப் போன பிறகும் கூட தனது தூக்கத்தில் உதடுகளைப் பிதுக்குவார். இன்னமும் யாருடனாவது கோபத்தோடு இருந்தார். மற்ற குழந்தைகளுடன் சிறுவனாகிய அப்பா விளையாடிய போது அது இன்னும்

மோசமாக இருந்தது. தான் விரும்பிய விளையாட்டுகளையே ஒவ்வொருவரும் விளையாட வேண்டும் என்று அவர் விரும்பினார். சில குழந்தைகளுடன் மட்டுமே விளையாட விரும்பினார், மற்றவர்களுடன் அல்ல. விவாதம் செய்கின்ற போதெல்லாம், தான் சொல்வதே சரி என எப்போதும் சாதித்தார். அவர் யாரையும் கேலி பேச முடியும், ஆனால் வேறு எவரும் இவரைக் கேலி செய்யக் கூடாது. சிறிது காலத்திற்குப் பிறகு எல்லாரும் இதனால் சலிப்புற்றுப் போனார்கள். அவர்கள் எல்லாருமே சிறுவனாகிய அப்பாவைப் பார்த்துச் சிரிக்கத் தொடங்கினார்கள். அவரது பெற்றோர் கூறுவார்கள்:

“உனக்குக் கொஞ்சம் தேநீர் வேண்டுமா? ஆனால் கோபப்படாதே!” “நாம் நடந்து போய் வரலாம். ஆனால் கோபப்படாதே!”

“நாம் நடந்து போய் வரலாம். ஆனால் கோபப்படாதே!”

“இன்னமும் கோபமாகவா இருக்கிறாய்?”

“சீக்கிரமாகட்டும், கோபப்படு, வீணாக்குவதற்கு எங்களுக்கு நேரமில்லை!”

சிறுவனாகிய அப்பா கோபப்படுவார். தெருவில் பையன்கள் அவரைக் கேலி செய்தார்கள். அவர்கள் பாடுவார்கள்:

“அழு, குழந்தாய், அழு!”

சிறுவனாகிய அப்பா உதடுகளைப் பிதுக்குவார்.

“பாருங்கள், அவனுக்கு ஒரு விரலைக் காட்டுவேன். அதற்குக் கூட அவன் கோபப்படுவான்!”

பையன்களில் ஒருவன் விரலைக் காட்டுவான்; அப்பா கோபமடைவார். பிறகு ஒவ்வொருவரும் சிரிப்பார்கள். சிறுவனாகிய அப்பாவைக் கேலி செய்வது அவ்வளவு எளிதாக இருந்ததால் குழந்தைகள் உண்மையாகவே மகிழ்ச்சியடைந்தார்கள். அவர்கள் கேலி செய்தே பெரும்பாலும் அவர் உயிரை எடுத்தார்கள். இறுதியாக, பெரிய பையன்களில் ஒருவன் இவருக்காக வருத்தப்பட்டுச் சொன்னான்:

“கேள், ஒவ்வொன்றுக்கும் எதற்காக நீ கோபப்பட்டுக் கொள்கிறாய்? நீ அதைப் பொருட்படுத்தவில்லை என்றால், அதற்கு மேல் அவர்கள் உன்னைக் கேலி செய்ய மாட்டார்கள்.”

அவனுடைய புத்திமதியை அப்பா எடுத்துக் கொண்டார். ஒவ்வொரு சிறிய விஷயத்திற்காகவும் கோபம் கொள்ளாதிருக்க முயன்றார். அவரைக் கேலி செய்வதைப் பையன்கள் நிறுத்தினார்கள். ஆனால், எல்லா நேரமும் கோபமடைவதைப் பழக்கமாகக் கொண்டிருந்ததால், பெரியவனாகின்ற வரை இந்தக் கெட்ட பழக்கத்தினின்றும் உண்மையில் அவரால் விடுபட முடியவில்லை. இதுவரை முழுமையாக இல்லை. இந்தப் பழக்கம் பள்ளியில் படிக்கும் போதும், பின்னர் வேலை செய்யும் போதும் இருந்ததால் இது பல நண்பர்களை அவர் இழக்கும்படி செய்தது. அப்பா சிறுவனாக இருந்த போது அறிந்த ஆட்கள் இன்னமும் கூட சில வேளைகளில் அவரைத் திட்டினார்கள். ஆனால் இப்போது அவர் அவர்களிடம் கோபப்படுவதில்லை. அரிதாகத்தான். எந்தவகையிலும் முன்னைக் காட்டிலும் குறைவாகவேதான்.

9

அப்பா தவறு இழைத்தது எப்படி

அப்பா சிறுவனாக இருந்த போது பால், தண்ணீர், தேநீர் மற்றும் காட்லிவர் எண்ணெய் ஆகியவற்றைச் சாப்பிடுவது வழக்கம்.

வளர்கின்ற குழந்தைகளுக்கு காட்லிவர் எண்ணெய் மிகவும் சிறந்ததாகக் கருதப்பட்டது. ஆனால் அது பொறுக்க முடியாததாக இருந்தது. இந்த உலகம் முழுமைக்கும் காட்லிவர் எண்ணெய்யைக் காட்டிலும் மிக மோசமானது எதுவுமில்லை என்று சிறுவனாகிய அப்பா நினைத்தார். ஆனால் அவர் நினைத்தது தவறு.

கோடைக்காலத்தில் ஒரு நாள் சிறுவனாகிய அப்பா வெளியே விளையாடிக் கொண்டிருந்தார். வெப்பம் அதிகமாக இருந்தது. நிறைய ஓடிக் கொண்டிருந்ததால், சிறுவனாகிய அப்பாவுக்குத் தாகம் எடுத்தது. வீட்டிற்குள்ளாக ஓடினார். வீட்டில் ஒவ்வொருவரும் மும்முரமாக இருந்தார்கள். அவர்கள் பலகாரங்கள் சுட்டுக் கொண்டும், விருந்தினர்கள் வருகைக்காக மேசையை ஒழுங்குபடுத்திக் கொண்டும் இருந்தார்கள். ஓர் அழகிய குப்பியிலிருந்து தானாகவே ஒரு கிளாஸ் தண்ணீரை சிறுவனாகிய அப்பா ஊற்றியதை யாரும் பார்க்கவில்லை. கொதித்து ஆறவைக்கப்பட்ட தண்ணீர் எப்போதுமே அதில் தயாராக இருக்கும் என்பதை அவர் அறிவார். கிளாஸில் பாதியைப் பேராவலோடு விழுங்கினார்.... மூச்சுத் திணறியது. என்ன நடந்தது என்பதை அவரால் புரிந்துகொள்ள முடியவில்லை.

உயிரோடு ஒரு முள்ளெலியை தான் விழுங்கி விட்டதாகச் சிறுவனாகிய அப்பா நினைத்தார். பிறகோ, தண்ணீர் ஒருவேளை நன்றாக இருக்கலாம், ஆனால் தனக்குத்தான் ஏதோ கோளாறு ஆகிவிட்டது என்று முடிவு செய்தார். மிகவும் அச்சமுற்றுப் போனார். தான் செத்துக் கொண்டிருப்பதாக முடிவு செய்தார். அத்தனை பலமாக அலறவே ஒவ்வொருவரும் ஓடி வந்தார்கள்.

அப்பா இருமிக் கொண்டும், மூச்சுத் திணறிக் கொண்டும் இருந்தார். அவரது வாய் நெருப்பாக எரிந்தது. அவர் திகிலடைந்து போனார், ஆனால் என்ன நடந்தது என்பதை ஒருவராலும் புரிந்துகொள்ள முடியவில்லை.

“அவனுக்கு பயங்கரமான காய்ச்சல்!'' பாட்டி முணங்கினாள்.

‘‘அவன் வெறுமனே பாசாங்கு செய்கிறான்!'' தாத்தா சொன்னார்.

அச்சமயத்தில் என்ன தவறு நடந்தது என்பதைப் பார்ப்பதற்காகச் செவிலித்தாய் வந்தாள். என்ன நடந்திருக்கக் கூடும் என்பதை அவள் ஊகம் செய்தாள்.

“அவன் வோட்கா குடித்திருக்கிறான்!” என்றாள் செவிலித்தாய். “அந்தக் குப்பியிலே வோட்கா இருக்கிறது!”

பிறகு ஒவ்வொருவரும் சத்தம் போடத் தொடங்கினார்கள்.

“டாக்டரைக் கூப்பிடுங்கள்!” பாட்டி கத்தினாள்.

“அவன் தோலை உரிக்கப் போகிறேன்!''தாத்தா கத்தினார்.

“தின்பதற்கு அவனுக்கு ஏதாவது கொடுங்கள்!” செவிலித்தாய் கத்தினாள்.

பஜ்ஜி ஒன்றை அசை போட்டுவிட்டுச் சிறுவனாகிய அப்பா முணுமுணுத்தார்:

“வோட்காவும் கூட மிகவும் ஊட்டமளிக்கக் கூடியது என்று நினைத்தேன்.”

திடீரென்று சிறுவனாகிய அப்பா மிகவும் மோசமாக உணரத் தொடங்கினார். தரையின் மீது உட்கார்ந்து விட்டார். மிகவும் தலை சுற்றுவதை உணர்ந்தார்.

அதன் பிறகு நடந்த எதையும் சிறுவனாகிய அப்பா நினைவு வைத்திக்கவில்லை. ஆனால் நாள் முழுக்க அவர் தூங்கினார் என்று அவர்கள் கூறினார்கள். மாலை வாக்கில் நன்றாக இருப்பதாக உணர்ந்தார். விருந்தினர் வந்து, வோட்கா குடிக்கத் தொடங்கிய போது, கதவு வழியாகச் சிறுவனாகிய அப்பா அவர்களைப் பார்த்தார். அவர்களுக்காக மிகவும் வருத்தப்பட்டார். விரைவில் எவ்வளவு மோசமாக உணரப் போகிறார்கள் என்பது அவருக்குத்

தெரியும். "அந்த மோசமான பானத்தை அருந்தாதீர்கள்!" என்று கூடச் சொன்னார்.

மறுநாள் காலை முற்றிலும் நன்கு இருப்பதாகச் சிறுவனாகிய அப்பா உணர்ந்தார். ஆனால் அந்தக் குப்பியிலிருந்து எடுத்து அவர் குடிக்கவே இல்லை. இப்போது வோட்காவைப் பார்க்கும் போது, அவர் முகம் ஓரளவு பச்சை நிறமாகி விடுகிறது.

இந்தக் கதையை அப்பா அடிக்கடி கூறுகிறார். அவர் எப்போதுமே கூறுவது:

"அப்போதுதான் நான் குடிப்பதை நிறுத்தினேன்!"

10

அப்பா எழுதக் கற்றுக்கொண்டது எப்படி

அப்பா சிறுவனாக இருந்த போது எப்படிப் படிப்பது என்பதை மிக விரைவாகக் கற்றுக்கொண்டார். “இது ‘அ’, இது ‘ஆ’, என்று அவர்கள் சொன்னார்கள். எல்லா எழுத்துக்களையும் கற்றுக் கொண்டார். அது வேடிக்கை நிறைந்ததாக இருந்தது. புத்தகங்களைப் படிக்கத் தொடங்கினார், வெறுமனே படங்களை மட்டும் பார்ப்பதில்லை. ஆனால் எப்படி எழுதுவது என்பதைக் கற்றுக் கொள்ள அவர் முற்றிலும் விரும்பவில்லை. தனது பேனாவை நேராகப் பிடிப்பது எப்படி என்பதைச் சிறுவனாகிய அப்பா கற்றுக்கொள்ள விரும்பவில்லை. ஆனால் தவறான வழியிலும் அதைப் பிடிப்பதற்கு அவர் விரும்பவில்லை. அவர் விரும்பியது படிக்க வேண்டும் என்பதே தவிர எழுத அல்ல. படிப்பது வேடிக்கையாக இருந்தது, எழுதுவது மிகவும் சலிப்புத்தருவதாக இருந்தது.

ஆனால் சிறுவனாகிய அப்பாவின் பெற்றோர்கள் சொன்னார்கள்:

“உன்னால் எழுத முடியவில்லை என்றால், உன்னால் படிக்கவும் முடியாது!”

அவர்கள் மேலும் சொன்னதாவது:

“இப்போது இந்த எழுத்துக்களை எழுது!”

நாள் முழுக்க, காலை முதல் இரவு வரை, சிறுவனாகிய அப்பா காதில் கேட்டதெல்லாம் இதுதான். ஒவ்வொரு நாளும், மிக மோசமான வெறுப்புணர்ச்சியோடு, அவர் எழுத்துகளை எழுதுவார்.

அவருடைய எழுத்துகள் அருவருப்பானதாக இருந்தன. அவை வளைந்தும் நெளிந்தும் இருந்தன. அவற்றைப் பார்ப்பதற்குச் சிறுவனாகிய அப்பா வெறுத்தார்.

ஆமாம், அந்த எழுத்துகள் வெறுமனே கிறுக்கலாக இருந்தன. ஆனால் மையில் வைத்த கறைகள் அழகாக இருந்தன. அவரைப் போல அத்தனை பெரிதாகவும், அருமையாகவும் மையால் கறைகள் யாராலும் வைக்க முடியாது. இதனை ஒவ்வொருவரும் ஒப்புக் கொண்டார்கள். கறைகள் வைப்பதன் மூலம் மட்டுமே மக்கள் எழுதக் கற்றுக்கொள்ள வேண்டியிருந்தால், உலகத்திலேயே சிறுவனாகிய அப்பாவினுடையதுதான் மிகச் சிறந்த கையெழுத்தாக இருந்திருக்கும்.

ஓர் எழுத்துக் கூட நேராக மேலும் கீழும் இல்லை. ஒவ்வொரு பக்கமும் பெரிய, அழகிய புள்ளிகளால் நிரப்பப்பட்டது. அப்பா வெட்கப்பட்டார், ஏசப்பட்டார். ஒவ்வொரு எழுத்தையும் இரண்டு அல்லது மூன்று முறை அவர் திரும்ப எழுதும்படி செய்தார்கள். ஆனால் அதிகமாக எழுத எழுத, எழுத்துகள் மட்டமானதாகவும் கறைகள் பெரிதாகவும் காணப்பட்டன.

தன்னை எதற்காக அவர்கள் சித்திரவதை செய்து கொண்டிருக்கிறார்கள் என்பதை அவரால் புரிந்துகொள்ள முடியவில்லை. ஏனென்றால், வார்த்தைப் படிப்பது எப்படி என்பது அவருக்குத் தெரியும். இப்போது வார்த்தைகளை எழுத விரும்பினார், தனித்த எழுத்துக்களை அல்ல. ஆனால் எழுத்துகளை அவரால் எழுத முடியவில்லை என்றால், ஒரு வார்த்தை கூட எழுத முடியாது என்று அவர்கள் கூறினார்கள். அவர்களை அவர் நம்பவில்லை. இறுதியாக அவர் பள்ளிக்குச் சென்ற போது, அவர் எவ்வளவு நன்றாகப் படிக்கிறார் என்பதையும், எவ்வளவு மோசமாக எழுதுகிறார் என்பதையும் கண்டு ஒவ்வொருவரும் வியப்புற்றார்கள். அந்த வகுப்பு முழுவதிலும், வேறு யாருடையதைக் காட்டிலும் அவருடைய கையெழுத்து மோசமானதாக இருந்தது.

ஆண்டுகள் பல கடந்தன. சிறுவனாகிய அப்பா வளர்ந்து பெரியவனானார். இன்னமும் படிப்பதை விரும்புகிறார், எழுதுவதை வெறுக்கிறார். அவருடைய கையெழுத்து அவ்வளவு பயங்கரமாக இருப்பதால், அவர் வேண்டுமென்றே இப்படிச் செய்வதாகப் பலர் நினைத்தனர்.

சில வேளைகளில் அப்பா மிகவும் குழம்பிப் போனதாக உணர்வார்.

அன்றொரு நாள் அவர் அஞ்சலகம் சென்றார். அங்கிருந்த அலுவலன் கேட்டான்:

''எப்படி எழுதுவதென்று உங்களுக்குத் தெரியாதா?''

அப்பா சங்கடப்பட்டுப் போனார்.

''நிச்சயமாக எனக்கு எழுதத் தெரியும்!''

''நல்லது, இந்த எழுத்து எதைக் குறிப்பதாகும்?'' அலுவலன் கேட்டான்.

''அது 'இ','' கிசுகிசுக்கும் குரலில் அப்பா கூறினார்.

'' 'இ' யா? 'இ' யை இதுபோல யார் எழுதுவது?''

''நான் எழுதுகிறேன்....'' அப்பா முணுமுணுத்தார்.

ஆகவே கறைகள் இல்லாமல் எழுத அழகான, தெளிவான கையெழுத்துத் தனக்கு இருந்திருக்க வேண்டும் என்று அப்பா இப்போது எவ்வளவு ஆசைப்படுகிறார்! பேனாவைச் சரியாகப் பிடிக்கக் கற்றுக் கொண்டிருந்திருக்க வேண்டும் என்று எவ்வளவு ஆசைப்படுகிறார்! தனது எழுத்துப் பயிற்சியை முறையாகச் செய்யவில்லை என்று எவ்வளவு வருத்தப்படுகிறார்! ஆனால் இப்போது அது மிகவும் தாமதமாகி விட்டது. எல்லாமே அவருடைய சொந்தத் தவறுதான்.

11

சித்தப்பா வித்யாவை அப்பா தனிமையில் விட்டது எப்படி

அப்பா சிறுவனாக இருந்த போது அவரைக் காட்டிலும் மிகச் சிறிய தம்பி ஒருவன் அவருக்கிருந்தான்.

அவர் தம்பியை சித்தப்பா வித்யா என்று இப்போது அழைக்கிறோம். அவர் ஒரு பொறியியலாளர், அவருக்குச் சொந்த மகன் ஒருவன் இருக்கிறான். அவன் பெயரும் வித்யாதான்.

ஆனாலும் அப்போது சித்தப்பா வித்யா மிகவும் சிறிய குழந்தையாக இருந்தார். அப்போதுதான் நடக்கக் கற்றுக் கொண்டிருந்தார். சில நேரங்களில் தத்தித்தத்தி நடப்பதை விட தவழ்ந்து செல்வதையே அவர் விரும்பினார். சில வேளைகளில் அவர் வெறுமனே தரையில் உட்கார்ந்து விடுவார். அதனால் தான் அவரைத் தனியாக விட முடியாது இருந்தது. அவ்வளவு சின்னவனாக அவர் அப்போது இருந்தார்.

ஒருநாள், சிறுவனாகிய அப்பாவும், குட்டிச் சித்தப்பா வித்யாவும் வெளிமுற்றத்தில் விளையாடிக் கொண்டிருந்தனர். சில நிமிடங்களுக்கே அவர்கள் தனிமையில் விடப்பட்டிருந்தார்கள். அந்நேரத்தில் அவர்களுடைய பந்து தெருவில் உருண்டோடியது. அப்பா அதைப் பின்தொடர்ந்து ஓடினார். அப்பாவைத் தொடர்ந்து சித்தப்பா வித்யாவும் தவழ்ந்து சென்றார்.

அவர்களுடைய வீடு ஒரு குன்றின் மீது இருந்தது. பந்து குன்றிலிருந்து கீழே உருண்டு ஓடியது. அதைத் தொடர்ந்து அப்பா ஓடினார். அப்பாவுக்குப் பின்னால் சித்தப்பா வித்யா உருண்டோடினார்.

குன்றின் அடிவாரத்தில் ஒரு சாலை இருந்தது. அங்கு தான் பந்து நின்று போனது. அங்கு தான் கடைசியில்

சிறுவனாகிய அப்பா பந்தையும், குழந்தையாகிய சித்தப்பா வித்யா அப்பாவையும் எட்டிப்பிடித்தார்கள்.

மூவரில் மிகச் சிறியது என்றாலும், பந்து துளியும் களைப்படையவில்லை. சிறுவனாகிய அப்பா கொஞ்சம் களைப்புற்றுப் போனார். ஆனால் சித்தப்பா வித்யாவோ முற்றாகச் சோர்வுற்றுப் போனார்! ஏனென்றால், நடப்பதைக்கூட அவர் மிகச் சமீபத்திலேயே கற்றுக் கொண்டிருந்தார்! அதனால் சாலையின் நடுவே சரியாக உட்கார்ந்து விட்டார்.

தொலைவில் புழுதி மேகம் ஒன்று தோன்றியது. பிறகு குதிரைகளில் பல வீரர்கள் வருவது தெரிந்தது. சாலையில் பாய்ச்சலில் வந்து கொண்டிருந்தார்கள். இது எல்லாமே மிக நீண்ட காலத்திற்கு முன்பு, அதாவது போரை அடுத்து நடந்தது.

போர் முடிந்து விட்டது என்று சிறுவனாகிய அப்பாவுக்குத் தெரியும். ஆனால் அதே வேளை மிகவும் நடுக்குற்றுப் போனார். பந்தைக் கீழே போட்டுவிட்டு, சித்தப்பா வித்யாவைச் சாலை நடுவில் விட்டுவிட்டு வீட்டிற்கு ஓடினார்.

குழந்தையாகிய சித்தப்பா வித்யாவைப் பொருத்த மட்டில், அங்கேயே உட்கார்ந்து பந்துடன் விளையாடிக் கொண்டிருந்தார். வீரர்களுக்கோ, குதிரைகளுக்கோ அவர் அஞ்சவில்லை. எதற்கும் அவர் பயப்படவில்லை. ஏனென்றால், அவர் அப்போது மிகவும் சிறு குழந்தையாகவே இருந்தார்.

இதற்குள்ளாக குதிரைவீரர்கள் மிக அண்மையில் வந்துவிட்டனர். தளபதி வெள்ளைக் குதிரையை ஓட்டி வந்தான். “நில்லுங்கள்!” அவன் உரக்கக் கத்தினான். குதிரையை விட்டுக் கீழே இறங்கி, சித்தப்பா வித்யாவைக் கையிலெடுத்தான். அவரை உயரே தூக்கி எறிந்து பிடித்துச் சிரித்தான்.

‘‘என்ன, நலந்தானா?’’ எனக் கேட்டான்.

சித்தப்பா வித்யா பதிலுக்குச் சிரித்துவிட்டு அவனுக்குப் பந்தை கொடுத்தார். இதற்கிடையில் பாட்டி, தாத்தா, சிறுவனாகிய அப்பா எல்லாரும் குன்றின் அடிவாரத்தை நோக்கி விரைந்து ஓடிக் கொண்டிருந்தார்கள்.

பாட்டி கத்திக் கொண்டிருந்தாள்:

‘‘எங்கே என் குழந்தை?’’

தாத்தா கத்திக் கொண்டிருந்தார்:

“கத்த வேண்டாம்!”

சிறுவனாகிய அப்பா பலமாகத் தேம்பி அழுது கொண்டிருந்தார்.

பிறகு காப்டன் பேசினான்:

“இதோ உங்கள் குழந்தை! அருமையான பையன். குதிரைகளுக்குக் கூட இவன் பயப்படவில்லை!”

சித்தப்பா வித்யாவை காப்டன் திரும்பவும் உயரத் தூக்கி எறிந்து பிடித்து, பாட்டியிடம் அவரை ஒப்படைத்தான். தாத்தாவிடம் பந்தை ஒப்படைத்தான். பிறகு சிறுவனாகிய அப்பாவைப் பார்த்துச் சொன்னான்:

“கடுகினன் காருன் பெண்மானை விடவே...” *

ஒவ்வொருவரும் சிரித்தார்கள். பிறகு வீரர்கள் குதிரைகளில் ஏறிச் சென்றனர். பாட்டி, தாத்தா, சிறுவனாகிய அப்பா, குழந்தையாகிய சித்தப்பா வித்யா அனைவரும் வீடு சென்றனர். தாத்தா சிறுவனாகிய அப்பாவிடம் கூறினார்:

“காருன் பெண்மானை விட வேகமாக ஓடினான், ஏனெனில் அவன் ஒரு கோழை. அது லேர்மன்தவ் கவிதையில் உள்ளது. கேவலம் உனக்கு!”

சிறுவனாகிய அப்பா மிகவும் வெட்கிப் போனார்.

பெரியவனான போது, லேர்மன்தவின் எல்லாக் கவிதைகளையும் படித்தார். ஆனால் இந்த வரியைப் படிக்கும் போது எப்போதுமே அவருக்கு வெட்கமாக இருக்கும்.

12

சிறுமியுடன் அப்பா விளையாடியது எப்படி

அப்பா சிறுவனாக இருந்த போது அவருக்கு ஒரு சிநேகிதி இருந்தாள். அவள் பெயர் மாஷா. அவளும் கூட மிகவும் சின்னவளாக இருந்தாள். அவர்கள் எப்போதுமே ஒன்றாகச் சேர்ந்து அருமையாக விளையாடினார்கள். மணல் குவியலில் அழகான வீடு கட்டினார்கள். பெரிய குட்டை ஒன்றில் காகிதப் படகுகளை மிதக்க விட்டார்கள். குட்டையில் மீன் பிடிக்க அவர்கள் வழமையாகப் போவதுண்டு. அவர்கள் எதையுமே பிடிக்காது போனாலும் கூட, அவர்கள் மிகவும் மகிழ்ச்சியாக இருந்தார்கள்.

மாஷாவோடு விளையாடுவதற்கு சிறுவனாகிய அப்பா பெரிதும் விரும்பினார். அவரோடு அவள் ஒருபோதும் சண்டையிட்டதில்லை, அவர் மீது ஒருபோதும் கற்களை வீசியதில்லை, ஒருபோதும் காலை வாரி விட்டதில்லை. அவருக்குத் தெரிந்த எல்லாப் பையன்களும், அவளைப் போலவே இருந்திருந்தால் அவர் பெரிதும் மகிழ்ச்சி அடைந்திருப்பார். ஆனால் அவர்கள் முற்றிலும் மாறுபட்டவர்களாக இருந்தார்கள். மேலும் அவரைக் கேலி செய்தார்கள், ஏனெனில் அவர் ஒரு சிறுமியோடு விளையாடினார் என்பதற்காக. அவரைக் காணும் நேரமெல்லாம், பாடத் தொடங்குவார்கள்:

''சாஷா மாஷாவை விரும்புகிறான்!
சாஷா மாணாவை விரும்புகிறான்!''

அவர்கள் கேட்பார்கள், ''எப்போது மணவிழா?''

ஒரு பையன் சிறுமியோடு விளையாடுவது பயங்கரமான ஒன்று என்று அவர்கள் எல்லாரும் நினைத்தார்கள்.

சிறுவனாகிய அப்பா மிகவும் புண்பட்டுப் போனார், சில நேரங்களில் கதறவும் செய்தார்.

ஆனால் சிறுமி மாஷாவோ வெறுமனே சிரித்தாள். அவள் கூறினாள்:

''அவர்கள் கேலி பேசட்டும்!''

அதனால் தான் அவளைக் கேலி செய்வதில் எந்த வேடிக்கையும் இல்லை. ஆகவே பையன்கள் சிறுவனாகிய அப்பாவை மட்டுமே கேலி செய்தார்கள். மாஷாவைப் பற்றி அவர்கள் எந்த அக்கறையும் காட்டவில்லை.

ஆனால் ஒரு நாள் பெரிய நாய் ஒன்று முற்றத்திற்குள்ளாக ஓடி வந்தது. யாரோ உடனே அலறினான்:

''அது பைத்தியம் பிடித்த நாய்!''

துணிச்சல் மிக்க பையன்கள் அச்சத்தினால் நாலாபக்கமும் ஓடினார்கள். இருந்த இடத்திலேயே சிறுவனாகிய அப்பா நிலையாய் நின்றுவிட்டார். அவருக்கு மிக அண்மையில் நாய் இருந்தது. பிறகு சிறுமி மாஷா அப்பாவிடம் ஓடிப் போய் நாயை நோக்கிப் பிரம்பை வீசினாள்.

''இங்கிருந்து போய்விடு!'' அவள் கத்தினாள்.

கிறுக்கு நாய் கால்களுக்கிடையே தனது வாலை சுருட்டி மடக்கிக்கொண்டு முற்றத்தை விட்டு வெளியே ஓடியது. பிறகுதான் அது பைத்தியம் பிடித்த நாய் அல்ல என்று ஒவ்வொருவரும் உணர்ந்தார்கள். ஓர் அறிமுகமில்லாத முற்றத்திற்குள்ளாக அது வெறுமனே சுற்றித் திரிந்திருக்கிறது. ஓர் அறிமுகமில்லாத முற்றத்திற்கும் தங்களுடைய சொந்த முற்றத்திற்கும் இடையேயுள்ள வித்தியாசத்தை எல்லா நாய்களுமே அறியும். ஓர் அறிமுகமில்லாத முற்றத்திற்குள்ளாக நுழையும் போது மிகவும் பயங்கரமான நாய் கூட தனது பயங்கரத்தை மறந்து விடுகிறது.

அது கிறுக்கு நய் அல்ல என்பதைப் பையன்கள் கண்ட போது, குச்சிகளையும், கற்களையும் எடுத்துக்கொண்டு அதற்குப் பின்னால் ஓடினார்கள். அவ்வாறு செய்வதற்கு உங்களுக்கு அதிகத் துணிச்சல் தேவைப்படாது. அதை நாய் கூட அறிந்திருந்தது. தெருவிற்குள்ளாகப் போனதுமே, திரும்பிக்

கொண்டு அது உறுமத் தொடங்கியது. தங்களது முற்றத்தை நோக்கி பையன்கள் திரும்ப ஓடி வந்தார்கள். சிறுவனாகிய அப்பாவைக் கேலி செய்வதற்குத் தொடங்கினார்கள்:

''பீதியுற்ற பூனை!'' அவர்கள் கத்தினார்கள். ''நீ அந்தளவு பீதியுற்றுப் போனாய், உன்னால் ஓடக் கூட முடியவில்லை.''

ஆனால் சிறுவனாகிய அப்பா சொன்னார்:

''பீதியுற்றுப் போனது நான் ஒருவன் மட்டுமல்ல. நீங்கள் எல்லாருந்தான் பீதியுற்றுப் போனீர்கள். மாஷா ஒருத்தி மட்டுமே பயப்படாது இருந்தாள்.''

உடனே எல்லாப் பையன்களும் மிகவும் வெட்சிப் போனார்கள். சொல்வதற்கு அவர்களுக்கு ஏதுமில்லை. ஆனால் மாஷா சொன்னார்:

''அது உண்மையல்ல. நானும் கூடத்தான் பீதியுற்றுப் போனேன்.''

அப்பொழு ஒவ்வொருவரும் சிரித்தார்கள். அதற்குப் பிறகு அவர்கள் சிறுவனாகிய அப்பாவைக் கேலி பேசவில்லை. அவரும் மாஷாவும் சிறந்த நண்பர்களாகத் திகழ்ந்தார்கள்.

13

வலிமையை அப்பா சோதித்தது எப்படி

அப்பா சிறுவனாக இருந்த போது பல நண்பர்களைப் பெற்றிருந்தார். அவர்கள் எல்லாரும் நாள்தோறும் சேர்ந்து விளையாடினார்கள். சில நேரங்களில் வாய்ச்சண்டை போட்டார்கள், சண்டையும் போட்டார்கள். பிறகு அவர்கள் திரும்பவும் நண்பர்களாகிக் கொள்வார்கள். ஆனால் ஒரு பையன் மட்டும் எப்போதுமே சண்டையிட்டது கிடையாது. அவனது பெயர் வோவா நஸாரவ். அவன் குள்ளமான, தடித்த பையன். அவனுடைய அப்பா ஒரு குதிரைப் படைவீரன். அவன் அப்பாவினுடைய புகழ்பெற்ற கமான்டராகிய புத்யோனி* குறித்துப் பேசுவதற்கு வோவா விரும்பினான். அவர் எவ்வளவு துணிச்சல்காரர் என்பது பற்றியும், வெண் படையினருடன் எங்ஙனம் சண்டை போட்டார் என்பது பற்றியும் மற்ற பையன்களிடம் அவன் கூறுவான். தளபதிகள் அல்லது கர்னல்கள் அல்லது குண்டுகள் அல்லது கத்திகள் ஆகியவற்றிற்கு அவர் ஒருபோதும் பயந்ததில்லை. புத்யோனியின் குதிரை பற்றியும் வாள் பற்றியும் கூட எல்லாவற்றையும் வோவா அறிந்திருந்தான். அவன் எப்போதுமே சொல்லிக் கொண்டிருந்தான்:

"நான் பெரியவனாகும் போது, புத்யோனி போல இருப்பேன்."

வோவாவைப் பார்ப்பதற்குச் சிறுவனாகிய அப்பா விரும்பினார். அவனுடைய வீட்டில் எப்போதுமே மகிழ்ச்சியாக இருந்தது. வோவா எப்பொழுதுமே சுறுசுறுப்பாகத் திகழ்ந்தான்:

* செமியோன் புத்யோனி (1883-&1973) & புகழ் பெற்ற கமான்டர்களில் ஒருவரும், ருஷ்யாவில் உள்நாட்டுப் போர்க்காலத்தில் (1918&1922) செஞ்சேனையின் பிரபலமான இராணுவ வீரர்களில் ஒருவருமாவார். சோவியத் யூனியனின் மார்ஷல். சோவியத் யூனியனின் வீரர் என்ற கௌரவ விருது மூன்று முறை இவருக்கு வழங்கப்பட்டது. & ப&ர்.

அவன் ரொட்டிக்காகப் பண்டகசாலைக்குப் போகவும், அடுப்புக்காகக் கட்டைகள் வெட்டவும், தரையைக் கூட்டவும், பாத்திரங்களைக் கழுவவும் வேண்டியிருந்தது.

குடும்பத்திலிருந்த ஒவ்வொருவரும் வோவாவை நேசித்ததை சிறுவனாகிய அப்பா கண்டார். அவன் வளர்ந்து பெரியவனானவன் போல நினைத்துக் கொண்டு, வோவாவின் அப்பா அவனிடம் கேட்பார்:

''ஞாயற்றுக்கிழமை விருந்துக்கு நாம் யாரை அழைக்கலாம், வோவா?''

''வசந்தகாலம் வரை மரத்துண்டு நீடித்திருக்கும் என்று நினைக்கிறாயா, வோவா?''

என்ன பதில் அளிப்பது என்பது வோவாவிற்கு எப்போதுமே தெரியும்.

வோவாவின் நண்பர்களில் யாரேனும் பார்க்க வந்தால், அவனை மேசைமுன் அமர்த்தி, ஏதேனும் நல்ல உணவு தந்து உபசரிப்பார்கள். பிறகு ஒவ்வொருவரும் விளையாடத் தொடங்குவார்கள். வோவாவின் வீட்டில் இருக்கும் அளவுக்குத் தனது வீட்டில் ஒருபோதும் வேடிக்கை நடந்ததில்லை என்பதற்காகச் சிறுவனாகிய அப்பா எப்போதுமே வருத்தப்பட்டார். அவரும் வோவாவும் நல்ல நண்பர்களாக இருந்தனர். ஆனால் சண்டை போடுவதற்கு வோவா ஒருபோதும் ஏன் விரும்பவில்லை என்பதை அவரால் புரிந்துகொள்ள முடியவில்லை. சிறுவனாகிய அப்பா அவனிடம் கேட்டார்:

''சண்டை போட நீ பயப்படுகிறாயா?''

வோவா சொன்னான்:

''நமது சொந்த ஆட்களுக்கு எதிராகச் சண்டை போடுவதில் என்ன பயன்?''

ஒரு சமயம், அவர்கள் எல்லாரிலும் யார் வலிமை வாய்ந்தவன் என்பது குறித்து பையன்கள் விவாதம் செய்து கொண்டிருந்தார்கள். பையன்களில் ஒருவன் சொன்னான்:

''என்னை விடப் பெரியவன் யாராவ இருந்தாலும் நான் பயப்படுவதில்லை! பூனைக் குட்டிகளைப் போல சுற்றிலும் வீசி எறிய என்னால் முடியும்! சற்று என் தசைகளைப் பாருங்கள்!''

மற்றொரு பையன் சொன்னான்:

''எனக்கு அவ்வளவு வலிமை உண்டு என்பதை என்னாலேயே கூட நம்ப முடியவில்லை. குறிப்பாக எனது இடது கை. அது உருக்கால் ஆனாது.''

மூன்றாவது பையன் சொன்னான்:

''உண்மையிலேயே நான் எவ்வளவு வலிமை வாய்ந்தவன் என்பதை நீங்கள் பார்க்க விரும்பினால், என்னை நீங்கள் பைத்தியமாக்க வேண்டியிருக்கும். பிறகு நீங்கள் விலகிப் போய் விடுவது நல்லது. ஏனெனில் அடுத்து நான் என்ன செய்கிறேனோ அதற்கு நான் பொறுப்பாக மாட்டேன்.''

சிறுவனாகிய அப்பா சொன்னார்:

''உங்களோடு விவாதம் செய்து கொண்டிருப்பதில் எந்த அருத்தமும் இல்லை. உங்கள் எல்லாரையும் விட நான் வலிமை வாய்ந்தவன் என்பது எனக்குத் தெரியும்.''

அவர்கள் பெருமையடித்துக் கொண்டிருந்தார்கள், ஆனால் வோவா நஸாரவ் ஒரு வார்த்தை கூடப் பேசவில்லை. பிறகு பையன்களில் ஒருவன் பேசினான்:

''என்னவென்று எனக்குத் தெரியும்: நாம் மற்போர் போடலாம்! யார் வெல்கிறானோ, அவனே எல்லாரிலும் வலிமையானவன்.''

பையன்கள் ஒப்புக் கொண்டார்கள். மற்போரிடத் தொடங்கினார்கள். ஒவ்வொருவரும் வோவாவுடன் மற்போரிட விரும்பினார்கள். அவன் ஒரு போதும் சண்டையே போடவில்லை. அவன் மிகவும் மெலிவானவன் என்று அவர்கள் எல்லாருமே நினைத்தார்கள்.

வோவா முதலில் மற்போரிட விரும்பவில்லை. ஆனால் நல்ல உருக்குப் போன்ற இடது கை கொண்ட பையன் அவனைக் கவ்விப் பிடித்த போது, வோவா கோபமடைந்து, ஒரு நொடியில் அவனைத் தரையிலே வீசி எறிந்தான். பிறகு, எல்லாரையும் பூனைக் குட்டிகளைப் போலச் சுற்றி வீசி எறிவதாக அச்சறுத்திய பையன், மல்லாந்து தரையில் விழுந்து கிடப்பதை அவனாகவே அறிந்தான். வலிமை ஆக்குவதற்காக பைத்தியமாக்கப்பட வேண்டிய பையன் அடுத்து வந்தான்.

ஏற்கெனவே அவன் தரையில் படுத்திருந்தாலும், தான் இன்னமும் பைத்தியமாகிவிடவில்லை என்று கத்தினான். பிறகு வோவா சிறுவனாகிய அப்பாவை மல்லாக்க வீழ்த்தினான். அவர்கள் நல்ல நண்பர்களாக இருந்தபடியால், எல்லாரிலும் அப்பாவைக் கீழே வீழ்த்துவது மிகவும் கஷ்டமானதாக இருந்தது என்பது போல நம்பச் செய்தான்.

''வோவா, எல்லாரிலும் நீதான் வலிமை வாய்ந்தன்! ஒருபோதும் எதையும் நீ ஏன் சொல்லவில்லை?'' பையன்கள் கேட்டார்கள்.

வோவா சிரித்துவிட்டுச் சொன்னான்:

''பெருமையடித்துக் கொள்வதில் என்ன பயன்?''

பேசுவதற்குப் பையன்களுக்கு எதுவுமே இருக்கவில்லை. ஆனால் அப்போதிலிருந்து அவர்கள் தங்கள் வலிமை பற்றி பெருமையடித்துக் கொள்வதை நிறுத்தி விட்டார்கள். உண்மையிலேயே வலிமையாக இருப்பது பெருமையடித்துக் கொள்வதைவிட மேலானது என்பதைச் சிறுவனாகிய அப்பா புரிந்துகொண்டார். இப்போது அவர் முன்னிலும் அதிகமாக வோவாவை நேசித்தார்.

ஆண்டுகள் பல கடந்தன. சிறுவனாகிய அப்பா வளர்ந்து பெரியவன் ஆனார். வேறொரு நகரத்திற்கு அவர் சென்றதனால், வோவா எங்கே இருக்கிறான் என்று அவருக்குத் தெரியவில்லை. ஆனால் வோவா மிக அருமையான மனிதனாக மாறியிருப்பான் என்பதில் அவர் உறுதியாக இருந்தார்.

14

அப்பா பள்ளிக்குச் சென்றது எப்படி

அப்பா சிறுவனாக இருந்த போது எப்போதுமே நோயாளியாக இருந்தார், குழந்தைகளுக்கு வரும் எல்லா நோய்களும் அவருக்கு வந்தன. தட்டம்மை, புட்டாளம்மை, கக்குவான் இருமல் ஆகியன ஏற்பட்டன. உடல் நலமில்லாது போன ஒவ்வொரு முறைக்கும் பிறகு, அவருக்குச் சிக்கல்கள் ஏற்பட்டன. சிக்கல்கள் சரியாகிப் போன போது, அடுத்த வியாதியைப் பெற்றுக்கொள்வதற்குச் சிறுவனாகிய அப்பா தயாராக இருந்தார்.

சிறுவனாகிய அப்பா பள்ளிக்குச் செல்ல வேண்டிய நேரம் வந்த போது, வழக்கம் போல அவர் நோயுற்றார். இறுதியில் அவர் நலமடைந்து பள்ளிக்குச் சென்ற போது, மற்ற குழந்தைகள் எல்லாரும் முன்னமேயே படித்துக் கொண்டிருப்பதை முதல் முறையாகக் கண்டார். அவர்கள் ஒருவரையொருவர் அறிந்திருந்தார்கள். அவர்கள் எல்லாரையும் ஆசிரியையும் அறிந்திருந்தார். ஆனால் சிறுவனாகிய அப்பாவை எவரும் அறிந்திருக்கவில்லை. ஒவ்வொருவரும் அவரை உற்றுப் பார்த்தார்கள். அது மிகவும் சங்கடமாக இருந்தது. அது அல்லாமலும் சில குழந்தைகள் அவரை நோக்கித் தங்களது நாக்குகளைத் தொங்கவிட்டனர்.

ஆனால் அந்நேரத்தில் மணி ஒலித்தது. குழந்தைகள் வகுப்பறைக்குள்ளாகச் சென்று தங்கள் இடங்களைப் பிடித்தார்கள். எங்கே அமர்வது என்று சிறுவனாகிய அப்பாவுக்குத் தெரியவில்லை. சிறுமிகளில் ஒருத்திக்கு அடுத்து அமரும்படி ஆசிரியை அவரிடம் கூறினாள். ஒவ்வொருவரும் சிரிக்கத் தொடங்கினார்கள். அவருக்கு அருகே உட்கார்ந்து கொண்டிருந்த சிறுமியும் சிரித்தாள்.

அழ வேண்டும் போல சிறுவனாகிய அப்பா உணர்ந்தார். ஆனால், திடீரென்று, எல்லாமே வேடிக்கை போலக்

காணப்பட்டது, அவரும் சிரித்தார். பிறகு ஆசிரியையும் சிரித்தாள். அவள் சொன்னாள்:

''உனக்கு நல்லது! நீ அழ ஆரம்பித்து விடுவாயோ என்று நான் பயந்தேன்.''

''ஆக நானும் அப்படித்தான் பயந்தேன்,'' என்றார் அப்பா.

பிறகு ஒவ்வொருவரும் திரும்பவும் சிரித்தார்கள்.

''இப்போது, குழந்தைகளே,'' என்றாள் ஆசிரியை, ''உங்களுக்கு ஒன்றை நினைவுபடுத்த விரும்புகிறேன். அதாவது அழ வேண்டும் போல நீங்கள் உணரும் போது, நீங்கள் சிரிக்க முயற்சிக்க வேண்டும். உங்களது எதிர்கால வாழ்க்கை முழுவதுக்குமான சின்ன அறிவுரை இது. இப்போது நமது பாடங்களைத் தொடரலாம்.''

வகுப்பிலுள்ள மற்ற எவரைக் காட்டிலும் தன்னால் நன்கு படிக்க முடியும் என்பதை முதல் நாள் சிறுவனாகிய அப்பா கண்டுபிடித்தார். மற்ற எவரையும் விடவும் தனது கையெழுத்து மட்டமாக இருப்பதையும் கண்டுபிடித்தார். எனினும், பாடம் நடந்த போது முழுக்கவும் மற்றவர்களை விட இவர் அதிகம் பேசினார் என்பதைக் கண்ட போது, ஆசிரியை அவரைப் பார்த்து தனது விரலை ஆட்டினாள்.

அவள் மிக அருமையான ஆசிரியை. கண்டிப்பானவள், ஆனால் அன்பானவள். அவளிடம் விஷயங்களை அறிந்து கொள்வது வேடிக்கையாக இருந்தது. அவளது புத்திமதியைச் சிறுவனாகிய அப்பா வாழ்க்கை முழுக்க நினைவு வைத்திருந்தார். ஏனென்றால், அவரது பள்ளி வாழ்க்கையில் அது முதலாவது நாள் தான். அதன் பிறகு ஏராளமான நாள்கள் இருந்தன. பள்ளியில் இருந்த போது பல வேடிக்கையும் துயரமும், நல்லதும் கெட்டதும் சிறுவனாகிய அப்பாவுக்கு ஏற்பட்டன! ஆனால் அது மற்றொரு கதை.

15

அப்பா எப்போதும் தாமதமாக வந்தது எப்படி

அப்பா சிறுவனாக இருந்த போது மற்ற எல்லாக் குழந்தை களையும் போலவே அவர் பள்ளி சென்றார்.

மணி அடிப்பதற்கு முன்னமேயே பிற எல்லாக் குழந்தைகளும் வந்தார்கள். ஆனால் சிறுவனாகிய அப்பா எப்போதுமே தாமதமாகச் சென்றார். சில நேரங்களில் இரண்டாவது பாடத்திற்கு வருமளவுக்குச் சுணங்கிப் போனார். இது ஆசிரியைக்கு மிகுந்த வியப்பைத் தந்தது. இதுபோன்ற ஒரு மாணவனை முன்னர் ஒருபோதும் தாங்கள் பெற்றிருந்ததில்லை என்று அவள் கூறினாள். வேறு எந்தப் பள்ளியிலும் இவரைப் போல வேறு ஒரு பையன் ஒருவேளை இருக்கமாட்டான் என்று பள்ளியின் தலைமை ஆசிரியர் கூறினார்.

“அவன் எப்போதுமே தாமதமாக வருகிறான்!” தலைமை ஆசிரியர் கூறினார். “தங்களால் எதுவும் செய்ய முடியாது என்று அவனது பெற்றோர் கூறுகிறார்கள். ஏற்கெனவே அவர்களிடம் இரு முறை பேசி விட்டேன்.”

உண்மை தான், சிறுவனாகிய அப்பாவின் பெற்றோர்களால் இது குறித்து எதுவும் செய்ய முடியவில்லை. ஒவ்வொரு மாலையிலும் அதே பழைய கதையே திரும்ப நடந்தது.

“உனது வீட்டுப் பாடத்தைச் செய்து விட்டாயா?” பாட்டி கேட்பாள்.

“ஒரு நொடி பொறுங்கள்,” என்று சிறுவனாகிய அப்பா பதிலளிப்பார்.

“அதைப் படிப்பதை நிறுத்திவிட்டு, உடனடியாக உனது வீட்டுப் பாடத்தைச் செய்யத் தொடங்கு!” தாத்தா கூறுவார்.

“இன்னும் ஒரே ஒரு பக்கம்,” சிறுவனாகிய அப்பா கூறுவார்.

சிறுவனாகிய அப்பா அந்தப் பக்கத்தை முடித்து விட்டு, புதிய பக்கத்தைத் தொடங்குவார். தனது சோர்வூட்டக்கூடிய பாடங்களைச் செய்யத் தொடங்குவதற்காக, ஆர்வமூட்டும் புத்தகத்தை வெறுமனே கீழே வைக்க அவரால் முடியவில்லை.

“அந்தப் புத்தகத்தைக் கீழே வை!”

“ஒரு நொடி பொறுங்கள்...”

“அந்தப் புத்தகத்தைக் கீழே வை!”

“ஒரு நொடி பொறுங்கள்...”

கடைசியாக, தாத்தாவும் பாட்டியும் தங்களது பொறுமையை இழப்பார்கள். சிறுவனாகிய அப்பாவின் புத்தகத்தை அவரிடமிருந்து பறிப்பார்கள்.

“நீ சோம்பேறியாக வளர்ந்து விடுவாய்,” என்று பயமுறுத்துவார்கள்.

பிறகு சிறுவனாகிய அப்பா மிகவும் சங்கடப்பட்டுப் போவார். தனது புத்தகத்தைக் கோரி கதறி அழத் தொடங்குவார். அதைத் தன்னிடம் அவர்கள் திருப்பித்தராத வரை அவர் வீட்டுப் பாடத்தைத் தொடங்க மாட்டார் என்று கூறுவதுண்டு.

ஆக மாலைப் பொழுது நழுவிப் போய்விடும். கடைசியாகத் தனது வீட்டுப் பாடத்தைச் செய்வதற்குச் சிறுவனாகிய அப்பா உட்கார்ந்த போது, தூங்கிப் போய்விடுவார். பெற்றோர்கள் அவரை எழுப்புவார்கள். பிறகு அவர் திரும்பவும் தூங்கிப் போவார். ஆனால் அவர்களோ அவரைத் திரும்பத் திரும்ப உசுப்புவார்கள். ஆக அரைத் தூக்கத்தில் தனது வீட்டுப் பாடத்தைச் செய்தார். இவ்வாறு இரவின் ஒரு பகுதி கழிந்தது. தாத்தாவும் பாட்டியும் களைத்துத் தூங்கிப் போய்விடுவார்கள்.

காலையில் கதை வித்தியாசமாக இருந்தது:

“எழுந்திரு!” என்று பாட்டி கூறுவாள்.

“ஒரு நொடி பொறுங்கள்...” என்று சிறுவனாகிய அப்பா முணுமுணுப்பார்.

“எழுந்திரு!” தாத்தா கத்துவார்.

“ஒரு நொடி பொறுங்கள்...”

“தாமதித்து விட்டாய்!”

முதல் நாள் இரவு பின்னேரத்தில் படுக்கச் சென்ற போது, எழுந்திருப்பது எவ்வளவு கஷ்டமானது என்பதை ஒவ்வொருவரும் அறிவார்கள். காலையில் தான் நாம் இனிய கனவுகளைக் காண்போம். குறிப்பாக பள்ளிக்குச் செல்ல வேண்டியிருந்தால்.

சிறுவனாகிய அப்பா மெதுவாக எழுந்திருப்பதிலும், மெதுவாக உடையணிவதிலும், மெதுவாக முகங் கழுவிக் கொள்வதிலும், மெதுவாகத் தேநீர் அருந்துவதிலும், மெதுவாகத் தனது புத்தகங்களை ஒன்று சேர்ப்பதிலும் நிறைய நேரம் கடந்து விடும். பிறகு வீட்டை விட்டு வெளியேறி, வழியில் எதிர்ப்படும் ஒவ்வொரு கடிகாரத்தையும் நடுக்கத்தோடு பார்த்துக்கொண்டு, பள்ளிக்கு ஓடிக் கொண்டிருப்பார்.

கடைசியாக மூச்சுவிட முடியாதபடி சிறுவனாகிய அப்பா வகுப்பறைக்குள் பாயும் போது, குழந்தைகள் ஊளையிட்டுச் சிரிப்பார்கள். ஆசிரியையும் சிரித்தாள். “ஆகா, இதோ நமது கும்பகர்ணன்!” என்று அவள் கூறுவாள்.

பள்ளியின் சுவரொட்டிப் பத்திரிகையில் சிறுவனாகிய அப்பாவின் படம் வரையப்பட்டது. தனது படுக்கையில் அவர் ஆழ்ந்து தூங்குவதாகச் சித்தரிக்கப்பட்டிருந்தது, அதே வேளை அவருடைய அப்பாவும் அம்மாவும் இரண்டு பெரய வாளிகளிலிருந்து அவர் மீது தண்ணீரை ஊற்றிக் கொண்டிருந்தார்கள். ஒரு பெரிய அலாரம் கடிகாரம் சிறுவனாகிய அப்பாவின் ஒரு காதைப் பிடித்து இழுத்து கொண்டிருந்தது, மற்றொரு காதில் ஒரு பையன் மேளத்தை வாசித்துக் கொண்டிருக்கிறான். படத்திற்குக் கீழே இவ்வாறு தலைப்புத் தரப்பட்டிருந்தது: “தாலாட்டு.” இது சிறுவனாகிய அப்பாவுக்குக் கோபத்தை ஏற்படுத்தியது, ஆனால் இன்னமும் அவர் தாமதமாகத்தான் வந்து கொண்டிருந்தார்.

தனது வீட்டுப் பாடத்தைச் சிறுவனாகிய அப்பா கடைசி நிமிடத்தில் செய்தபடியால், அவர் அதைச் சரியாகச் செய்யவில்லை. அவர் பள்ளிக்குச தாமதமாக வந்தபடியால், புதிய பாடம் குறித்த ஆசிரியையின் விளக்கத்தை அவர்

அடிக்கடி கேட்கத் தவறினார். இதனால் வகுப்பிலுள்ள மற்றவர்கள் என்ன செய்து கொண்டிருக்கிறார்கள் என்பதைப் புரிந்து கொள்வது இவருக்குக் கஷ்டமானதாக இருந்தது. மேலும், தாமதம் காரணமாக, அவர் எப்போதுமே முந்திக் கொண்டு ஓடியதனால் பரபரப்புற்றார். இது எல்லாமே அவருக்கு மிகக் கெடுதலானவை. ஆனால் இருந்தாலும், அவர் எப்போதுமே தாமதமாகத்தான் சென்றார்.

தாமதமாகச் செல்வதினின்றும் அவரை நிறுத்துவதற்கு அவருடைய பெற்றோர்கள் இறுதியாக எங்ஙனம் வழி கண்டுபிடித்தார்கள் என்பதை உங்களுக்குச் சொல்ல ஆசைப்படுகிறேன்.

ஆனால் பொய் சொல்வதற்கு நான் விரும்பவில்லை.

சிறுவனாகிய அப்பா தன் வாழ்நாள் முழுக்க எப்போதுமே தாமதமாகவே நடந்து கொண்டார். பள்ளிக்குத் தாமதமாகச் சென்றார், கல்லூரிக்குத் தாமதமாகச் சென்றார், வேலைக்கும் தாமதமாகச் சென்றார். மக்கள் எப்போதுமே அவரைக் கேலி செய்தார்கள். சிறுவனாகிய அப்பா தண்டிக்கப்பட்டார், ஏசப்பட்டார், கேவலப்படுத்தப்பட்டார். இந்த மோசமான பழக்கம் காரணமாக அவர் வாழ்க்கையில் பலவற்றை இழந்து விட்டார். விருந்துகளுக்கு அவர் எப்போதும் தாமதமாகச் செல்லவே ஆட்கள் அவரைத் திரும்ப ஒருபோதும் அழைக்கவில்லை. வியாபாரத் தொடர்பான சந்திப்புகளுக்கும் தாமதமாகவே சென்றதால் எல்லாக் காரியமும் பாழாகிப் போகும்.

பலமுறை அவர் புத்தாண்டை தன்னந்தனியாக ஆள் அரவமற்ற தெருவில் சந்தித்திருக்கிறார், மீண்டும் தாமதமாகி புத்தாண்டு விருந்துக்காக விரைந்து கொண்டிருந்தார். பலர் அவருக்காக ஏமாற்றத்தோடு காத்திருந்தனர்!

அவர் தாமதமாக வருவது பற்றி வேடிக்கைக் கதைகளை அவரது நண்பர்கள் சொல்ல ஆசைப்படுகின்றனர். இப்போது கூட மெதுவாக நடப்பது என்பது அப்பாவுக்குத் தெரியாது. அவர் எப்போதுமே விரைவாகச் சென்றார், ஏனெனில் அவர் தாமதித்துப் போவதை வழக்கமாகக் கொண்டிருக்கிறார். திரும்பவும் தாமதித்துச் செல்வதாக இரவு நேரத்தில் அவர் கனவு கூடக் காண்பதுண்டு. அவர் தூக்கத்தில் நடுக்குறவும்,

புலம்பவும் செய்கிறார். திரும்பவும் ஒரு பையனாகி, பள்ளிக்கு ஓடிக் கொண்டிருப்பது போல சில நேரங்களில் அவர் கனவு காண்கிறார். ஆனால் கனவில் அவர் கடிகாரத்தைத் திரும்பவும் உற்றுப் பார்க்கின்ற போது, அது இன்னமும் முன்நேரமாகத்தான் இருக்கிறது! ஒவ்வொருவரும் அவரை வாழ்த்துகிறார்கள். பள்ளித் தலைமை ஆசிரியர் அவருக்கு மலர்க் கொத்தினை அளித்தார். பள்ளி அரங்கத்தில் இவருடைய படத்தை அவர்கள் தொங்கவிட்டிருக்கிறார்கள். அவருக்காக வாத்தியக் குழு வாசித்தது. ஆனால் இந்நேரத்தில் அவர் விழித்துக் கொள்ளும் பொழுதெல்லாம் தான் திரும்பவும் சிறுவனானால் ஒருபோதும் பள்ளிக்குத் தாமதித்துச் செல்லமாட்டேன் என்று நினைக்கிறார்.

16

அப்பா சினிமாவுக்குச் சென்றது எப்படி

அப்பா சிறுவனாக இருந்த போது சினிமாப் பார்க்க அவர் அனுப்பப்படுவதில்லை. அவருக்குச் சொன்னார்கள்: "நீ மிகவும் சிறுவனாக இருக்கிறாய். இன்னும் நிறையக் காலம் இருக்கிறது. எந்தவகையிலும் அங்கே பார்ப்பதற்கு உனக்கு எதுவுமில்லை."

தாத்தாவும் பாட்டியும் சொன்னது இதுதான். மேலும் அவருடைய அத்தை தொடர்வாள்: "நீ என்னைக் கேட்டால், தொற்று நோய்க்கான பதியம் என்பதைத் தவிர சினிமா வேறெதுவுமில்லை. கடுங்காய்ச்சல், நச்சுக்காய்ச்சல், கக்குவான் இருமல் தவிர சினிமாவில் ஏதுமில்லை, தொண்டை அழற்சி நோய்யைப் பற்றிச் சொல்ல வேண்டியதில்லை."

தொண்டை அழற்சி நோய் பற்றிய நீண்ட உரையால் அத்தை களைத்துப் போவாள். சினிமாவுக்குத் தன்னைப் போக விடும்படி அவர்களிடம் அப்பா வீணாக மன்றாடினார். அவருடைய எல்லா நண்பர்களும் சினிமாவுக்குப் போய்க் கொண்டு தான் இருக்கிறார்கள் என்றும் அவர்களில் எவருக்கும் கடுங்காய்ச்சலோ, நச்சுக்காய்ச்சலோ, கக்குவான் இருமலோ, தொண்டை அழற்சி நோயோ பிடிக்கவில்லை என்றும் அவர் சொன்ன போது அதை அவர்கள் கேட்கக் கூட மாட்டார்கள். பதிலானது எப்போதுமே ஒன்று போலவே இருந்தது:

"நீ பள்ளி செல்லும் போது, இது ஒரு விஷயமாக இருக்கப் போவதில்லை. உனக்கு நோய் பற்றும் என்பதற்காக நாங்கள் உன்னை வைத்துக்கொண்டிருக்க முடியாது. பிறகு நீ எவ்வளவு விரும்புகிறாயோ அவ்வளவு அடிக்கடி சினிமாவுக்குப் போகலாம்."

தனது நண்பர்களால் வழங்கப்பட்ட எல்லா சமீபத்திய படங்களையும் சிறுவனாகிய அப்பா பார்த்தார். டகிளாஸ் ஃபேர்பாங் 'மார்க் ஆஃப் ஜீரோ' படத்தில் எப்படிப் பாய்ந்து சென்றார், எப்படி வாள் வீசினார், கருப்பு முகமூடியுடன் எப்படித்

தோன்றி, தனது எல்லா எதிரிகளையும் வெட்டி வீழ்த்தினார் என்பதைப் பையன்கள் அவருக்குக் காட்டுவார்கள். சார்லி சாப்லின், கோமாளி ஈகார் இலியின்ஸ்கி, உயரமாகவும் எலும்புந் தோலுமாகவும் உள்ள பாட், மற்றும் பருத்த குட்டையன் பட்டாஷோன் ஆகியோர் போன்று அவர்கள் நடித்துக் காட்டுவார்கள். அவர்களால் முடிந்தளவுக்கு அவர்கள் சிறப்பாகச் செய்தார்கள். ஒவ்வொருவர் முதுகிலுமாக ஏறி, சுற்றிலும் தாவி வந்து பிரபல கௌபாய் வில்லியம் ஹார்ட் போல நடித்துக் காட்டினார்கள். மேரி பிக்ஃபோர்டு கவர்ச்சியான முறுவலிப்பைப் பெற்றிருந்தாள் என்று வயது வந்தவர்கள் சொல்வதையும் சிறுவனாகிய அப்பா கேள்வியுற்றார்.

“என்ன மாதிரியான புன்முறுவல் அவள் பெற்றிருக்கிறாள்?” என்று அப்பா தனது நண்பர்களிடம் கேட்பார். மேரி பிக்ஃபோர்டு எப்படி முறுவலிப்பாளோ, அதுபோலவே பையன்களில் ஒருவன் அவருக்குச் செய்து காட்டினான். மிகவும் சிரமப்பட்டு அவன் முயன்றான். மேரி பிக்ஃபோர்டைக் காட்டிலும் அவன் மிக நன்றாக முறுவலித்ததாக எல்லாப் பையன்களும் கூறினார்கள். அதற்கு மேலும், அவள் அநேக ஆண்டுகளாகவே முறுவலித்துக்கொண்டு வந்திருக்கிறாள், அதற்காகவே பணமும் கொடுக்கப் படுகிறாள். ஆனால் அவனுக்கோ அது இரண்டாவது நாள் தான், மேலும் ஒரு நண்பனுக்காக அவன் அதை இலவசமாகச் செய்து கொண்டிருக்கிறான்.

பையன்கள் தனக்கு உதவி செய்து கொண்டிருப்பது சிறுவனாகிய அப்பாவுக்குத் தெரியும், ஆனால் இது எல்லாம் காரணமாக சினிமாவுக்குப் போக வேண்டும் என்ற விருப்பத்தை மட்டிலுமே அவருக்கு ஏற்படுத்தியது.

இந்த மகிழ்ச்சியான நாள் இறுதியில் வந்தது. சிறுவனாகிய அப்பா பள்ளி மாணவரானார். முதலாவது ஞாயிற்றுக் கிழமையே, ஆசிரியை வகுப்பை ‘சிறிய சிவப்புப் பிசாசுகள்’ *

* ‘சிறிய சிவப்புப் பிசாசுகள்’ & சிறுவர்களுக்கான முதலாவது வீரதீரக் கதைகளில் இதுவும் ஒன்று. ருஷ்ய உள்நாட்டுப் போரின் போது சோவியத் ஆட்சியின் எதிரிகளை எதிர்த்து மூன்று இளம் வீரர்கள் நடத்திய வீரஞ்செறிந்த போராட்டத்தைப் பற்றி, அவர்கள் சிக்கிக் கொண்ட பயங்கரமான சூழ்நிலைகளையும், அவற்றில் அவர்கள் எப்போதுமே வெற்றியாளர்களாக இருந்ததைப் பற்றி இந்நூல் கூறுகிறது. இந்நூலின் கதாநாயகர்கள், மஹ்னோ உள்பட, உண்மையான வரலாற்றுப் பாத்திரங்களைச் சந்தித்தார்கள். இந்நூல் பி. பில்யாகினால் எழுதப்பட்டது. இக்கதையின் அடிப்படையில் மிகவும் பிரபலமான திரைப்படம் ஒன்று எடுக்கப்பட்டது. & ப.ர்.

என்ற படம் பார்ப்பதற்காக அழைத்துச் சென்றாள். அந்தப் புத்தகத்தைச் சிறுவனாகிய அப்பா படித்திருக்கிறார். இளம் சாரணர்களையும், பயங்கரமான மஹ்னோவையும்**, எல்லா அற்புதமான வீரதீரச் செயல்களையும் திரையில் பார்ப்பதற்கு அவர் விரும்பினார்.

சிறுவனாகிய அப்பாவின் வீட்டிற்கு மிக அண்மையில் திரையரங்கு இருந்தது. சித்தப்பா வித்யாவுக்குக் கூட அது எங்கே இருந்தது என்று தெரியும். அதன் காரணமாகவே, தாமதமாகச் சென்ற சிறுவனாகிய அப்பாவுக்கு முன்னமேயே அவர் அங்கு இருந்தார், வகுப்பின் எஞ்சிய பிற மாணவர்களோடு நட்பு செய்து கொள்ளவும் அவருக்கு நேரமிருந்தது. ஆசிரியையும் அவர் மீதும் விருப்பங் கொண்டாள். தன் தம்பியைச் சிறுவனாகிய அப்பா அங்கு பார்த்த போது ஒரு வார்த்தை கூடப் பேசவில்லை. காதைப் பிடித்து அவரை அப்பால் இழுத்துச் சென்றார். சித்தப்பா வித்யா அவ்வாறு ஊளையிடவே அவர் வாயில் போட்டிருந்த மூன்று இனிப்புகள் கீழே விழுந்து விட்டன. அப்பாவின் வகுப்பில் இருந்த சிறுமிகள் சித்தப்பா வித்யாவிற்கு எல்லாப் பக்கங்களிலிருந்தும் விருந்தளித்தனர். சிறுவனாகிய சித்தப்பா வித்யா மிகவும் மரியாதையுள்ள பையனாக இருந்தார். யாரேனும் அவருக்கு இனிப்புக் கொடுக்க விரும்பினால், அதை அவர் ஒருபோதும் மறுத்ததில்லை.

சித்தப்பா வித்யா அந்தளவு பலமாகக் கத்தவே அப்பாவின் வகுப்பில் இருந்த எல்லாக் குழந்தைகளும் அவர் பக்கம் சேர்ந்து கொண்டார்கள். ஆசிரியையும் கூறினாள்: ‘‘அவன் எங்களோடு வரட்டும், அவனுக்கு நான் பொறுப்பாக இருந்து கொள்கிறேன்.’’

இதைக் கேட்டதும், தன் தம்பியின் காதைச் சிறுவனாகிய அப்பா விட வேண்டியவரானார். ஒவ்வொரும் உள்ளே சென்றார்கள். எல்லாப் பக்கங்களிலிருந்தும் கதவுகள் வழியாகக் குழந்தைகள் நெருக்கித் தள்ளிக் கொண்டு ஓடினார்கள். ஒவ்வொருவருக்கும் முன்னால் மகிழ்ச்சியான சிறுவனாகிய சித்தப்பா வித்யா, முயலைப் போல தாவிச் சென்று

** நெஸ்டர் மஹ்னோ உள்நாட்டுப் போரின் போது உக்ரேனியப் பிராந்திய அராஜகவாதக் குழுக்களின் தலைவர்களில் ஒருவராவார் & ப.ர்.

கொண்டிருந்தார். இயற்கையாகவே, அவர் கால் தடுமாறிக் கீழே விழுந்து விட்டார். சிறுவனாகிய அப்பா சரியாக அவருக்குப் பின்னே ஓடினார். தன் தம்பிக்கு மேலாகத் தடுமாறி, அவருக்கு மேலே விழுந்தார். அவர்களுக்குப் பின்னால் நெருக்கித் தள்ளிக் கொண்டிருந்த வகுப்பு முழுமையும், அவர்களுக்கு மேலாக விழுந்தது. அது மிகவும் கனமாக இருந்தது. குறிப்பாகக் குவியலின் கீழே கிடந்தவர்களுக்கு. முயல் போலக் குதித்து வந்து கொண்டிருந்த சிறுவனாகிய சித்தப்பா வித்யா இப்போது பன்றிக்குட்டியைப் போலக் கிரீச்சிட்டுக் கொண்டிருந்தார். சிறுவனாகிய அப்பாவும் ஊளையிட்டார். அவர்களைக் காபப்ாற்றுவதற்காக அந்நேரத்தில் அப்பாவினுடைய ஆசிரியையும், வேறு பள்ளியைச் சேர்ந்த மற்ற இரு ஆசிரியர்களும் ஓடிவந்து கொண்டிருந்தார்கள். அவர்கள் கும்பலை நிறுத்தினார்கள். சிறுவனாகிய அப்பாவையும், சித்தப்பா வித்யாவையும் தூக்கிவிட்டார்கள். இருவருமே நைவுற்றுக் குருதி கன்றும்படி போய்விட்டனர், ஆகவே இருவரும் காயம் பட்டவர்களாக வீட்டிற்கு அனுப்பி வைக்கப்பட்டார்கள். அவர்களைக் கண்டதுமே அத்தை மகிழ்ச்சியோடு கத்தினாள்: ‘‘பார்த்தீர்களா? ஆகவே தான் உங்களுக்குச் சொன்னேன்!’’

அதன் பிறகு நீண்ட காலமாக சினிமாப் பார்க்கச் செல்ல சிறுவனாகிய அப்பா அநுமதிக்கப்படாது இருந்தார். இறுதியாக அவரைப் போக விட்டார்கள். ‘சிறிய சிவப்புப் பிசாசுகள்’ என்ற படத்தைப் பார்த்தார். அதேபோல இன்னும் பல படங்கள். அவர் இன்னமும் சினிமாவை விரும்புகிறார். அதுபோலவே சிறுவனாகிய சித்தப்பா வித்யாவும்.

17

சிறுமிகள் அப்பாவின் மனத்தைப் புண்படுத்தியது எப்படி

அப்பா சிறுவனாக இருந்த போது முதலில் பள்ளி செல்கையில் வழக்கமாக ஒன்று தான் நடந்தது: மணி அடிக்கும், இடை ஓய்வு முடியும், எல்லா நடைக்கூடங்களும் காலியாகிப் போகும். குழந்தைகள் எல்லாம் தங்கள் இருக்கைகளில் அமர்வார்கள். ஆனால் சிறுவனாகிய அப்பாவோ வகுப்பறைக்கு வெளியே துக்ககரமாக அழுதபடியே நின்று கொண்டிருப்பார். அதே வேளை வகுப்பு முழுவதும் சிரித்துக் கொண்டும் கொக்கரித்துக் கொண்டும் இருக்கும். ஆசிரியை உள்ளே நுழைந்ததும் அப்போது என்ன நடைபெற்றது என்பதை அறிந்து கொள்வாள்.

‘‘என்ன விஷயம்?’’ முறுவலோடு அவள் கேட்பாள். ‘‘சிறுமிகள் உன் மனத்தைப் புண்படுத்தி விட்டார்களா?’’ சிறுவனாகிய அப்பா தலையசைப்பார்.

சிறுமிகள் ஏன் சிறுவனாகிய அப்பாவை மட்டமாக நடத்தினார்கள்? அவர்கள் அதை எப்படிச் செய்தார்கள்?

அது எல்லாம் மிகச் சாதாரணமானது தான். இடை ஓய்வுக்குப் பிறகு ஒவ்வொருவரும் உள்ளே வருகையில், மூன்று அல்லது நான்கு சிறுமிகள் சிறுவனாகிய அப்பாவினுடைய நாற்காலியில் கூட்டமாகக் கூடிச் சிறுவனாகிய அப்பாவைப் பார்த்து முடிந்தளவுக்கு உரக்கச் சிரிப்பார்கள். அவர் மிகவும் வெட்கப்படுபவராகவும் அமைதியானவராகவும் இருந்தார். முன்னமேயே அவர் அறிந்திருந்த ஒரே சிறுமி மாஷாதான். வழக்கமாக, சிறுமிகளை விட்டு விலகிச் செல்லவே அவர் முயன்று வந்தார். சீக்கிரமே இதைக் கவனித்த சிறுமிகள் அவரைக் கேலி செய்யத் தொடங்கினார்கள். இப்படியாகவே எல்லாம் ஆரம்பமானது.

ஒரு சிறுமிக்கு அடுத்து நீங்கள் உட்கார வேண்டி வந்தால் அது அவ்வளவு மோசமாக இருக்காது. ஆனால் உங்களது இருக்கையில் அவர்களில் நான்கு பேர் உட்கார்ந்துகொண்டு, உங்களைப் பார்த்த மாத்திரத்தில் ஊளையிடுவது என்பது முற்றிலும் வேறு விஷயம். வகுப்பு முழுவதுமே அவர்களோடு சேர்ந்து சிரிக்கின்ற போது, அது முற்றிலும் தாங்கிக்கொள்ள முடியாததாக இருந்தது. ஆகவே, சிறுவனாகிய அப்பா வகுப்பறையை விட்டு வெளியே ஓடி கதவுக்குப் பின்னால் கண்ணீர் மல்க நின்று கொண்டிருப்பார். அவர் மிகவும் வேடிக்கையாகக் காணப்பட்டார். மற்ற பையன்கள் கூறுவார்கள்:

''அவர்கள் மீது ஏன் கவனம் செலுத்துகிறாய்? உன் இருக்கையிலிருந்து அவர்களைத் துரத்தியடி! அவளை வெளியே நெருக்கித் தள்ளு! அதைப் பலமாகச் செய், ஆகவே அது அவளுக்கு ஒரு பாடமாக இருக்கட்டும்!''

அவர்களில் மிக உரக்கச் சிரித்தவளும், மிகவும் கேலி செய்தவளுமான சிறுமியை அவர்கள் நெருக்கித் தள்ளுவார்கள். அவள் மிகவும் துடிதுடிப்புமிக்கவளாகவும், மிக அருமையான சிறுமியாகவும் இருந்தாள். அவளது பெயர் தமாரா. அல்லது கால்யாவா? பெரும்பாலும் அது வேரா அல்லது லூசியாக இருக்கக் கூடும். இல்லை, அது வால்யா. வகுப்பிலுள்ள எல்லாச் சிறுமிகளிலும் சிறுவனாகிய அப்பா அவளைப் பெரிதும் விரும்பியதை அவள் பெரும்பாலும் அறிவாள். இத்தகைய விஷயங்களைச் சிறுமிகள் எப்போதுமே அறிந்து கொள்வார்கள். ஒருவேளை அதற்காக அவள் அத்தனை உரக்கச் சிரித்திருக்கக் கூடும். ஆனால் அது சிறுவனாகிய அப்பாவை அழவைத்து விட்டது.

இறுதியில், இந்தக் காரியம் முழுமையாலும் ஆசிரியை பழகி உவர்ப்புக் கொண்டு விட்டாள். ஒரு முறை, அழுது கொண்டிருந்த சிறுவனாகிய அப்பாவைப் பிடித்து இழுத்துக்கொண்டு வகுப்பறைக்கு உள்ளாக நுழைந்து சொன்னாள்:

''இந்த வகுப்பில் பதினாறு சிறுமிகளும் பதினெட்டுப் பையன்களும் இருக்கிறார்கள். பதினாறு சிறுமிகளும் ஒரே ஒரு பையனையே கேலி செய்கிறார்கள். கேள்வி என்னவென்றால்: மற்ற பதினேழு பையன்களை ஏன் அவர்கள் கேலி செய்வதில்லை? யார் எனக்கு விடை சொல்ல முடியும்?''

ஒவ்வொருவரும் சிரித்தார்கள். பிறகு ஆசிரியை கூறினாள்:

''அவர்கள் ஏன் ஒரே பையனை மட்டிலும் கேலி செய்கிறார்கள்? நான் மிகவும் கண்டிப்போடு கேட்கிறேன். எனக்கு ஒரு பதில் வேண்டும்.''

ஒவ்வொருவரும் அமைதியாக இருந்தார்கள். ஓரிரு சிறுமிகள் இளிப்புக் காட்டினார்கள். பையன்களில் ஒருவன் கையை உயர்த்திச் சொன்னான்:

''ஏனென்றால் அவன் அழுகிறான்.''

''அது சரிதான்!'' என்றாள் ஆசிரியை. ''நினைவிருக்கட்டும், அழுவதைக் காட்டிலும் சிரிப்பது நல்லது என்பதை நாம் ஒத்துக்கொள்கிறோம்.' புரிந்துகொண்டாயா?'' என்று சிறுவனாகிய அப்பாவைப் பார்த்துக் கேட்டாள்.

''ஆம்,'' அவர் மூக்கை உறிஞ்சினார்.

''பிறகு இதை நினைவுவைத்திருக்க முயற்சி செய்,'' என்றாள். ''இல்லையென்றால், உன் வாழ்நாள் முழுக்க சிறுமிகள் உன்னைக் கேலி செய்வார்கள்...''

அத்தகைய ஒரு பயங்கரமான விஷயம் தனக்கு நடக்க வேண்டுமென்று சிறுவனாகிய அப்பா விரும்பவில்லை. மறுமுறை சிறுமிகள் அவரை இருக்கையில் அமர்ந்து அவரைப் பார்த்துச் சிரித்த போது, அவர் அழவில்லை. வரிசையில் வெறுமனே நடந்து போய், எல்லாரிலும் தான் அதிகம் விரும்பிய சிறுமியின் இடத்தில் உட்கார்ந்தார். பிறகு ஒவ்வொருவரும் அவளைப் பார்த்துச் சிரிக்கத் தொடங்கினார்கள். அவள் அழவில்லை, ஆனால் சிரிப்பதை நிறுத்திவிட்டாள். அதன் பிறகு சிறுவனாகிய அப்பாவைக் கேலி செய்வதை அந்தச் சிறுமிகள் நிறுத்தி விட்டார்கள். அவருடைய நண்பர்களாகவும் மாறிவிட்டனர். அதன் பிறகு அவர் பையன்களால் மட்டுமே மனம் புண்படுத்தப்பட்டார். ஆனால் பையன்கள் பையன்களாகத்தான் இருக்கிறார்கள், அவர்கள் ஒவ்வொருவரையும் ஒன்றுபோலவே நடத்துகிறார்கள்.

18

அப்பா புலி வேட்டைக்குப் போனது எப்படி

அப்பா சிறுவனாக இருந்து பள்ளி சென்ற போது ஒரு முறை புலி வேட்டைக்குப் போனார். அந்தப் புலியும் மிகச் சிறிதாக இருந்தது. அது பள்ளிக்குச் செல்லவில்லை என்றாலும், பள்ளியின் முற்றத்திலேயே வாழ்ந்தது. அது எல்லாமே இப்படித்தான் நடந்தது.

வசந்தகாலத்தில் ஒரு நாள், பள்ளி முடிந்த போது சிறுவனாகிய அப்பாவும் அவருடைய நண்பர்களும் சூரிய ஒளியில் பள்ளி முற்றத்தில் உட்கார்ந்து கொண்டிருந்தார்கள், எல்லா இடங்களிலும் பையன்கள் செய்வது போல, ஒவ்வொன்றையும் பற்றி ஒரேயடியாகப் பேசிக் கொண்டிருந்தார்கள். கால்பந்து ஆட்டம், மறு நாளைய போட்டி, முதல் நாள் சண்டை, 'பாக்தாத் திருடன்' என்னும் திரைப்படம், அவர்களுக்கு விருப்பமான ஐஸ்கிரீம் வகைகள், பயனியர் முகாமுக்குப் போகிறவர்கள் யார், சலிப்பூட்டும் கோடைக்காலத்தைக் கிராமப்புறத்தில் பெற்றோருடன் கழிக்க போகிறவர்கள் யார் போன்றவை குறித்து அவர்கள் பேசிக் கொண்டிருந்தார்கள். அவர்கள் பேசிக் கொண்டிருந்த போது, சிறுவனாகிய அப்பா ஒரு புத்தகத்தைப் படித்துக் கொண்டிருந்தார். அது எதைப் பற்றிய புத்தகம் என்று எனக்குத் தெரியாது, ஆனால் பெரும்பாலும் அது வீரதீரக் கதை பற்றியதாகத்தான் இருந்திருக்கும். ஆகவே, ஒவ்வொருவரும் பேச்சை நிறுத்தியபோது, சிறுவனாகிய அப்பா திடீரென்று சொன்னார்:

"ஓ, புலி வேட்டைக்குப் போனால் அருமையாக இருக்கும், இல்லையா!" ஒவ்வொருவரும் சிரித்தார்கள். மீஷா கத்தினான்:

"என்னை உன்னோடு அழைத்துச் செல்!"

எல்லாப் பையன்களும் கத்தத் தொடங்கினார்கள்:

''என்னை! என்னையும், கூட!''

பிறகு பையன்களில் ஒருவன் பேசினான்:

''நாம் எல்லாருமே போகலாம்! வகுப்பு முழுக்க!''

ஒவ்வொருவரும் இக்கருத்தை விரும்பினார்கள்.

''ஆனால் அவற்றை எப்படி வேட்டையாடுவாய்?'' மீஷா கேட்டான்.

''அது மிகவும் சுலபமானது,'' என்றார் சிறுவனாகிய அப்பா. ''முதலில், யானைகளின் மீது அமர்ந்து காட்டிற்குள்ளாகச் சவாரி செய்ய வேண்டும். அது முழுக்கவும் குரங்குகளாலும், வாழைப் பழங்களாலும், கிளிகளாலும் நிறைந்து இருக்கிறது...''

''மரங்களாலும், பலாப் பழங்களாலும், குயில்களாலும் தான்,'' மீஷா கத்தினான். ''புலியைப் பற்றி எங்களுக்குச் சொல்லு.''

''நான் உங்களுக்குச் சொல்ல முயற்சித்துக் கொண்டிருப்பது அதுதான். புலி இக்காட்டில் ஒளிந்து திரிகிறது. பிறகு அது தாவி யானையைத் தாக்குகிறது. பிறகு ஒவ்வொருவரும் சுடுகிறார்கள். யானைகளில் ஒன்று தனது தும்பிக்கையை புலியைச் சுற்றி வீசிப் பிடித்து, அதைத் தரை மீது போட்டு மிதித்துக் கொல்கிறது. இங்கே பார்! இந்தப் படத்தில் ஒவ்வொன்றும் காட்டப்பட்டிருக்கிறது.''

பையன்கள் படத்தை மேலும் கீழுமாகப் பார்த்தார்கள். பிறகு மீஷா சொன்னான்:

''எனக்குத் தெரியும்! நீ, நீ, நீ யானைகளாக இருப்பாய். நாங்கள் வேடுபவர்களாக இருப்போம். முற்றம்தான் காடு. ஒவ்வொரு வேடுவனும் துப்பாக்கிக்காக ஒரு குச்சியை எடுத்துக் கொள்ளட்டும். ஒவ்வொருவரும் தயாரா? பிறகு யானைகள் மீது ஏறிக் கொள்ளுங்கள், நாம் புறப்படலாம்! அதோ புலி! அதனது வரிகளைப் பாருங்கள்?''

''அது வெறும் பூனைக்குட்டியே,'' என்றார் சிறுவனாகிய அப்பா.

“பேசாதே! எதைப் பற்றி நீ பேசிக் கொண்டிருக்கிறாய் என்று உனக்குத் தெரியவில்லை. இப்போது, ஆட்கள், நான் கூறுவதைக் கேளுங்கள்! யானைகளே, முன்னேறுங்கள்!”

சிறுவனாகிய அப்பா ஒரு வேடுவன். அவர் தனது யானை மீது அமர்ந்து, யானைகளையும் வேடுவர்களையும் வெறித்துப் பார்த்த வரி போட்ட சின்னஞ்சிறு பூனையைக் கண்டார். அத்தனை வியப்பாகவே இருந்தது, அது ஓடிப் போகக்கூட முயற்சி செய்யாதது. மீஷா கத்தினான்:

“சுடு!”

குச்சிகளும் கற்களும் அப்பாவிப் பூனை மீது மழையெனப் பொழிந்தன. தான் என்ன செய்து கொண்டிருக்கிறோம் என்பதை அறிந்து கொள்ளும் முன்னமேயே, சிறுவனாகிய அப்பாவும் தனது குச்சியை வீசி எறிந்தார். ஆனால் அவருக்குக் குறி தவறிவிட்டது. சின்னஞ்சிறு பூனைக்குட்டி அசத்தால் பாய்ந்து ஓடியது. அந்நேரத்தில் கற்களில் ஒன்று அதன் தலையைத் தாக்கியது. பூனைக்குட்டி ‘மியாவ்’ என்றபடி கீழே விழுந்தது. அதனது கால்கள் நடுங்கி அசைவற்றுக் கிடந்தன.

“நாம் புலியைக் கொன்று விட்டோம்!” மீஷா கத்தினான். ஆனால் பிறகு பையன்களில் ஒருவன் கூறினான்:

“பூனைக்குட்டி செத்துவிட்டது...”

அதைப் பார்ப்பதற்காக எல்லாரும் ஓடினார்கள்.

சின்னஞ்சிறிய மென்மயிர்ப் பந்தானது அப்படியே கிடந்தது. அது அசையவில்லை. அந்தப் பூனைக்குட்டி உயிரோடு இருந்திருந்து இப்போது தான் இறந்தது என்பதை அப்பா திடீரென்று புரிந்துகொண்டார். அது இனி ஒருபோதும், ஓடவோ, தாவவோ, மற்ற பூனைக்குட்டிகளுடன் விளையாடவோ மாட்டாது. அது இனி வளர்ந்து ஒருபோதும் பெரிய பூனையாகாது. அது இனி ஒருபோதும் சுண்டெலியைப் பிடிக்கவோ, கூரையின் மீது நின்று ‘மியாவ்’ என்று கத்தவோ மாட்டாது. இப்போது எல்லாமே முடிந்து விட்டது. ஒருவேளை, அது புலிவேட்டையாகடவே முற்றிலும் விரும்பியிருந்திருக்காது. ஆனால் அதை எவருமே கேட்கவில்லை செத்துப் போன பூனைக்குட்டியைச் சுற்றி பையன்கள் மௌனமாக நின்றார்கள். மீஷாவும் அமைதியாக நின்றான்.

பிறகு யாரோ அழுவதை அவர்கள் கேட்டார்கள்:

“ஓ! ஓ! எனது குட்டியே! எனது சின்னஞ்சிறு குட்டியே!” தனது தலை முடியின் மீது பெரியதான நீலநிற வளையத்துடன் இருந்த ஒரு சிறுமிதான் அது. பூனைக்குட்டியை வாரியெடுத்து வீட்டிற்குத் தூக்கிச் சென்றாள். பையன்களும் கூட வீட்டிற்குச் சென்றார்கள். ஒருவரை ஒருவர் பார்த்துக் கொள்ள முடியாதபடி அவர்கள் மிகவும் வெட்கிப் போனார்கள். அப்போதிலிருந்து சிறுவனாகிய அப்பா ஒரு பூனைக்கோ, நாய்க்கோ, வேறு எந்த விலங்கிற்கோ தனது வாழ்நாளில் ஒருபோதும் தீங்கு செய்யவில்லை. வரி போட்ட அந்தப் பூனைக்குட்டிக்காக அவர் இன்னமும் வருத்தப்படவே செய்கிறார்.

19

அப்பா வரைந்தது எப்படி

அப்பா சிறுவனாக இருந்த போது அவர் வரைவதற்கு விரும்பினார். கலர் பென்சில் பெட்டி ஒன்று அவருக்குக் கொடுக்கப்பட்ட போது, வரைவதிலேயே தனது நாள்களை அவர் செலவிட்டார். சிறிய வீடுகள் வரைந்தார். ஒவ்வொரு சிறிய வீடும் ஒரு புகைப்போக்கியைப் பெற்றிருந்தது. ஒவ்வொரு புகைப்போக்கியிலிருந்தும் புகை வந்து கொண்டிருந்தது. ஒவ்வொரு வீட்டுக்குப் பக்கத்திலும் ஒரு மரம் இருந்தது. ஒவ்வொரு மரத்திலும் ஒரு பறவை இருந்தது. எல்லா வீடுகளும் சிவப்பாக இருந்தன. எல்லாக் கூரைகளும் மஞ்சளாக இருந்தன. எல்லாப் புகைப்போக்கிகளுமெ கருப்பாக இருந்தன. புகைப்போக்கிகளினின்றும் வெளியே வந்து கொண்டிருந்த புகை இலேசான நீலநிறமாகவும், இளஞ்சிவப்பு நிறமாகவும் இருந்தது. மரங்கள் நீலநிறமாகவும், பறவைகள் பச்சை நிறமாகவும் இருந்தன. பொன்னிறமான சூரியன் ஊதா நிற வானத்திலே பிரகாசித்தது. வெள்ளி மற்றும் பொன் போன்ற நட்சத்திரங்களால் சுற்றி வளைக்கப்பட்ட வெள்ளிபோன்ற நிலவு சூரியனுக்கு அருகே மிதந்தது. அது மிக அருமையான படமாக இருந்தது. ஆனால் அவரது படத்தைப் பார்த்த ஒவ்வொருவரும் ஒன்றே ஒன்றைப் பற்றிக் கேட்டார்கள்:

அவரது படத்தைப் பார்த்த ஒவ்வொருவரும் ஒன்றே ஒன்றைப் பற்றிக் கேட்டார்கள்:

"நீலநிற மரங்களையும், பச்சை நிறப் பறவைகளையும் நீ எங்கே பார்த்திருக்கிறாய்?"

சிறுவனாகிய அப்பா பதில் சொல்வார்:

"இந்தப் படத்தில்."

சிறுவனாகிய அப்பா பள்ளிக்குச் செல்வதற்கு முன்னர் தனக்கு மிக நன்றாக வரையத் தெரியும் என்று நினைத்தார்.

ஆனால் பள்ளியில் ஒவ்வொருவரும் வேறுவிதமாக நினைத்தார்கள். அவ்வளவு மோசமாக அவர் வரைந்ததால் அவருடைய ஓவிய ஆசிரியர் அவரிடம் ஒரு வார்த்தை கூடச் சொல்லவில்லை. மற்ற குழந்தைகளிடம் அவர் இப்படிச் சொல்வதுண்டு: ''அது நன்றாக இருக்கிறது,'' அல்லது ''அது சரியில்லை,'' அல்லது ''இந்தக் கோட்டை நேராக வரை,'' ஆனால் சிறுவனாகிய அப்பாவிடம் ''அது சரியில்லை'' என்று கூட ஒருபோதும் சொன்னதில்லை. அப்பாவின் மேசையைக் கடந்து செல்கையில் அவரது படத்தைப் பார்த்தால், அவருடைய முகமானது, புளிப்பான ஒரு பெரிய எலுமிச்சையைத் தின்றுவிட்டவரைப் போல, சுருங்கிப் போய்விடும்.

சிறுமிகளில் சிலர் சிறுவனாகிய அப்பாவுக்காக வருத்தப்பட்டார்கள். ஆசிரியர் வேறு பக்கம் திரும்பியதும், அப்பாவினுடைய ஓவியப் புத்தகத்தில் எதையாவது விரைவாக அவர்கள் வரைவார்கள். தங்களால் முடிந்தளவுக்கு மட்டமாக வரைய முயன்றார்கள். ஆனால் சிறுவனாகிய அப்பாவைப் போல அவ்வளவு மட்டமாக எவருக்கும் வரைய முடியாது. வித்தியாசத்தை ஆசிரியர் உடனடியாகக் கண்டு கொள்வார். பிறகு அவர் சிறுவனாகிய அப்பாவிடம் கேட்பார்:

''இதை வரைந்தது யார்?''

சிறுவனாகிய அப்பா நேர்மையாக பதில் சொல்வார்:

''நான் இல்லை.''

''அதை என்னாலே பார்க்க முடிகிறது,'' ஆசிரியர் கூறுவார். ''ஆனால் உனக்கு உதவி செய்தது யார் என்று நான் அறிய விரும்புகிறேன். இந்த முறையில் உன்னால் ஒருபோதும் கற்றுக்கொள்ள முடியாது. நீயாகவேதான் எல்லாவற்றையும் செய்ய வேண்டும்.''

''இப்போது இதை நானே வரைகிறேன்,'' என்று சிறுவனாகிய அப்பா கூறி, எதையாவது பிறகு வரைவார். ஆசிரியர் திரும்பவும் வேதனைப் படுவார்.

''இது உன்னுடைய ஓவியம் என்பதை இப்போது நான் காண முடிகிறது.''

அடுத்து நடந்த பெற்றோர்கள் கூட்டத்தில் ஓவிய ஆசிரியர் ஒரு சிறு உரை நிகழ்த்தினார். அவர் சொன்னது இதுதான்:

''அன்புள்ள பெற்றோர்களே! இந்த வகுப்பில் ஐந்து மாணவர்கள் ஓவியத்தில் அருமையான மதிப்பெண்கள் பெற்றிருக்கிறார்கள்.''

அவர்களுடைய பெயர்களை அவர் வாசித்தார்.

''பெரும்பாலான குழந்தைகள் நல்ல மதிப்பெண்கள் பெற்றிருக்கிறார்கள். மோசமாகச் செய்யக் கூடியவர்கள் சிலர் இருக்கிறார்கள்.''

அவர் மேலும் மூன்று பெயர்களைக் குறிப்பிட்டார். பிறகு ஓவிய ஆசிரியர் கூறினார்:

''ஆனால் ஒரு பையன் இருக்கிறான்,'' இப்போது அவர் முகம் சுளித்தது, சிறுவனாகிய அப்பாவினுடைய பெயரைக் குறிப்பிட்டார். ''அவன் மோசமாக வரைகிறான் என்பதில்லை. அவனிடம் ஏதோ கோளாறு இருப்பதாகவே நான் நினைக்கிறேன். எப்படி வரைவது என்பதைக் கற்றுக்கொள்ள முடியாதபடி ஏதோ அவரைத் தடுக்கிறது.''

பாட்டியும் தாத்தாவும் மிகவும் ஏமாற்றமடைந்து போனார்கள். ஆனால் அது நேர்மையான உண்மை. பின்னர், சிறுவனாகிய அப்பா பள்ளிப் படிப்பை முடித்தார். பிறகு அவர் தொழில் கல்வியை முடித்தார். பின்னர் கல்லூரியிலிருந்து பட்டம் பெற்றார். இத்தனை காலத்திலும் பூனை வரைவது எப்படி என்பதை மட்டுமே அவர் கற்றிருந்தார். ஆனால் பூனை வரைவது எப்படி என்பதை எந்தக் குழந்தையும் அறியும். மிகச் சிறிய குழந்தைகளுக்குக் கூட பூனைகள் வரைய முடியும். அவர்களிடம் அப்பா மிகவும் பகைமை கொண்டார், ஏனெனில் அவர்களுடைய பூனைகள் இவருடையதைக் காட்டிலும் மிக நன்றாக இருந்தன. ஒரு முறை இவரைப் போலவே மட்டமாக வரைந்த ஓவியர் ஒருவரை அப்பா கண்டார், ஆனால் அந்த மனிதன் சொன்னான்: ''இது நான் எப்படி இந்த முகத்தை, இந்த மரத்தை, இந்தக் குதிரையப் பார்த்தேனோ, அதுபோலவே அவற்றை வரைந்திருக்கிறேன்.''

அந்தோ பரிதாபம்! தனது ஓவிய ஆசிரியரிடம் இதைச் சொல்ல வேண்டும் என்று சிறுவனாகிய அப்பா ஒருபோதும் நினைத்ததில்லை.

20

ஆசிரியையை அப்பா ஏமாற்றியது எப்படி

அப்பா சிறுவனாக இருந்த போது அவர் தனது ஆசிரியையைப் பெரிதும் விரும்பினார். எல்லாக் குழந்தைகளும் அவளை விரும்பினார்கள். அவள் மிக உயரமாக இருந்தாள், பார்ப்பதற்கு அவ்வளவாக அழகாக இருக்கவில்லை, அவள் எப்போதும் கருப்பு உடைகள் அணிந்தாள். பெரியவர்கள் அவள் அவ்வளவாக அழகாகவே இல்லையென்று சொன்னார்கள். ஆனால் சிறுவனாகிய அப்பாவோ அவள் மிக அழகானவள் என்று நினைத்தார். அவளது பெயர் அஃபனாசியா நிகீஃபரவ்னா. அவள் மிகவும் கலகலப்பானவள், ஆனால் கண்டிப்பானவளும் கூட. மிக முக்கியமானது, அவள் மிகவும் நியாயமானவள் என்பதாகும். தங்களோடு அவள் கோபமாக இருந்தால், உண்மையில் அவர்களே குற்றம் சாட்டப்பட வேண்டியவர்கள் என்று எல்லாக் குழந்தைகளும் அறிந்திருந்தனர். ஒரு தகுந்த காரணமின்றி அவள் ஒருபோதும் கோபப்பட்டதில்லை. வகுப்பில் தனக்கு விருப்பமானவர்கள் என்று அவள் ஒருபோதும் யாரையும் வைத்துக் கொண்டிருந்ததில்லை. தனது மாணவர்கள் அனைவரையும் அவள் விரும்பினாள். தங்களுடைய வீட்டுப் பாடத்தைச் செய்யாத போதோ, வகுப்பில் சப்தம் செய்த போதோ அவர்கள் ஒவ்வொருவரிடத்திலும் தனித்தனியாக அவளால் கோபப்பட முடிந்தது. இருபது ஆண்டு காலமாக அவள் கற்பித்துக் கொண்டு வந்திருக்கிறாள் என்பது ஒவ்வொருவருக்கும் தெரியும். தற்பெருமை பேசுவபவர்களையும், கோட்சொல்பவர் களையும், அல்லது பேராசை பிடித்த குழந்தைகளையும் அவளுக்குப் பிடிக்காது என்பது ஒவ்வொருவருக்குமே தெரியும்.

அஃபனாசியா நிகீஃபரவ்னாவின் பாடங்கள் எப்போதும் மிக ஆர்வமூட்டுவதாக இருந்தன. இதன் காரணமாகத்தான் குழந்தைகள் வகுப்பில் முற்றிலும் அமைதியாக இருந்தார்கள்.

ஒரு நாள், யாரோ ஒருவன் சிறுவனாகிய அப்பாவின் பின்புறம் ஓர் ஊசியைக் குத்திவிட்டான். அது மிகவும் வேதனையாக இருந்தது.

“ஓ!” என்று அவர் கத்தினார்.

ஆசிரியை கேட்டாள்:

“என்ன விஷயம்?”

சிறுவனாகிய அப்பா எதுவுமே சொல்லவில்லை.

பிறகு ஆசிரியை கூறினாள்:

“வகுப்பை விட்டு வெளியேறு!”

சிறுவனாகிய அப்பா எழுந்து கதவை நோக்கி நடக்கலானார். அந்நேரத்தில் இரு சிறுமிகள் கத்தினார்கள்:

“ஸாய்சிக்கவ் அவனை ஊசியால் குத்திவிட்டான்!”

பிறகு அஃபனாசியா நிகீஃபரவ்னா கூறினாள்:

“சத்தம் போட்டவனும், ஊசியால் குத்தியவனும், கோளுரைத்தவர்களும் வகுப்பை விட்டு வெளியேற வேண்டும் என்று விரும்புகிறேன். நான் கூறுவதை ஒப்புக்கொள்கிறீர்களா, குழந்தைகளே?”

ஒவ்வொருவரும் கத்தினார்கள்:

“ஆமாம்!”

ஆக, சிறுவனாகிய அப்பாவுடனும், ஸாய்சிக்கவுடனும் இரண்டு சிறுமிகளும் வகுப்பை விட்டு வெளியேறினார்கள்.

சிறுவனாகிய அப்பா அழுது கொண்டிருந்தார். அவர் மிகவும் மகிழ்ச்சியற்றுப் போனார். ஏனெனில் அவர் குத்தப்பட்டார் பிறகு வகுப்பறையை விட்டு துரத்தப்பட்டார். சிறுமிகளையும், சிறுவனாகிய அப்பாவையும் பார்த்து ஸாய்சிக்கவ் நகைத்துக்கொண்டிருந்தான். ஆனால் அவன் பாசாங்கு செய்தது போல உண்மையாக அவ்வளவு மகிழ்ச்சியாக இல்லை என்பதைக் காணமுடியும். சிறுமிகள் சிரிக்கவோ அழவோ செய்யவில்லை. ஆனால் அவர்கள் மிகவும் புண்பட்டுப் போனார்கள்.

மறு நாள் சிறுவனாகிய அப்பா ஒரு பெரிய ஆணியை பள்ளிக்கு எடுத்து வந்தார். வகுப்பறைப் பக்கம் தனது முதுகைத் திருப்பிக்கொண்டு, கரும்பலகையில் ஆசிரியை எழுதத் தொடங்கிய போது, சிறுவனாகிய அப்பா தனது பையிலிருந்து ஆணியை எடுத்து ஸாய்சிக்கவின் கையில் குத்தினார். ஸாய்சிக்கவ் அவ்வளவு பலமாக ஊளையிட்டது கண்டு சிறுவனாகிய அப்பா நடுங்கிப் போனார். அஃபனாசியா நிகீஃபரவ்னா மிகவும் கோபமடைந்தாள்.

"திரும்பவும் நீதானா, ஸாய்சிக்கவ்?"

"அது நானில்லை. அவன் என்னைக் குத்தினான்," அவள் பார்க்க வேண்டும் என்பதற்காகத் தனது கையை நீட்டியபடி ஸாய்சிக்கவ் சிணுங்கினான்.

"நேற்று நீ யாரையோ குத்தினாய, இன்று உன்னை யாரோ குத்திவிட்டார்கள். இது மிக அருமை. ஸாய்சிக்கவைக் குத்தியது யார்?"

எல்லாக் குழந்தைகளும் சிறுவனாகிய அப்பாவை நோக்கித் திரும்பினார், ஆனால் யாரும் ஒரு வார்த்தையும் பேசவில்லை. யாரும் கோட்சொல்பவனாக இருக்கவில்லை. ஸாய்சிக்கவ் கூட எதுவும் பேசவில்லை. அவன் வெறுமனே தொடர்ந்து தேம்பினான்.

"சரி, யார் இதைச் செய்தது?" அஃபனாசிய நிகீஃபரவ்னா தனது கண்டிப்பான குரலில் கேட்டாள். சிறுவனாகிய அப்பா மிகவும் அச்சமுற்றுப் போகவே தானாகவே திடீரென்று பேசினார்:

"நான் அவனைக் குத்தவில்லை..."

பிறகு ஆசிரியை கேட்டாள்:

"எதைக் கொண்டு நீ அவனைக் குத்தவில்லை?"

சிறுவனாகிய அப்பா விரைந்து பதிலளித்தார்:

"இந்த ஆணியால்."

வகுப்பு முழுக்க சிரிப்பொலி கேட்டது. அவர்கள் அந்தளவுக்கு உரக்கச் சிரித்ததால், பக்கத்து அறையில் இருந்த ஆசிரியர் உள்ளே நுழைந்து கேட்டார்:

‘‘அஃபனாசியா நிகீஃபரவ்னா, எதற்காக உல்லாரும் இத்தனை மகிழ்ச்சியாக இருக்கிறீர்கள்?’’

அவள் பேசினாள்:

‘‘நாங்கள் மகிழ்ச்சியாக இருக்கிறோம், ஏனென்றால் ஒரு பையன் இந்த ஆணியால் மற்றவனைக் குத்தவில்லை, மற்றவனும் கத்தவில்லை, யாரும் கோளுரைக்கவில்லை. அவர்கள் பழைய ஆசிரியையை எவரும் ஏமாற்றவில்லை.’’

பிறகு குழந்தைகள் மிகவும் வெட்கிப் போனார்கள். ஒவ்வொருவரும் சிறுவனாகிய அப்பாவைக் கோபத்தோடு பார்த்தார்கள். அவர் எழுந்து நின்று சொன்னார்:

‘‘நேற்று அவன் என்னைக் குத்தினான், நான் அலறினேன். இன்று அவனை நான் குத்தினேன், அவன் அலறினான். நானும் பொய் சொன்னேன்.’’

பிறகு சற்று இடைவெளி விட்டு சிறுவனாகிய அப்பா தொடர்ந்தார்:

‘‘இனிமேல் இப்படிச் செய்ய மாட்டேன், அஃபனாசியா நிகீஃபரவ்னா.’’

‘‘நானும் செய்ய மாட்டேன்,’’ என்றான் ஸாய்சிக்கவ். ஆனால் அவன் தனது கைமுட்டியை அப்பாவைப் பார்த்து ஆட்டியதால் ஒருவரும் அவனை நம்பவில்லை.

அஃபனாசியா நிகீஃபரவ்னா கூறினாள்:

‘‘பொய் பேசுவதை விட மட்டமானது எதுவுமேயில்லை.’’

சிறுவனாகிய அப்பா திரும்பவும் அவளிடம் ஒருபோதும் பொய் பேசவில்லை. அநேகமாகவே இல்லை.

21

டிராம் வண்டியை அப்பா நிறுத்தியது எப்படி

அப்பா சிறுவனாக இருந்த போது மீஷா என்ற பெயர் கொண்ட ஒரு நண்பனைப் பெற்றிருந்தார். பள்ளியில் அவர்கள் ஒரே வகுப்பில் இருந்தார்கள்.

மீஷா மிகவும் குறும்புத்தனமானவனாக இருந்தான். இடை ஒய்வின் போது அவனைச் சுற்றி எப்போதுமே ஒரு பெருங் கூட்டம் இருந்தது. மீஷா 'மியாவ்' என்பதையும், குரைப்பதையும், தேனீயைப் போல ரீங்காரம் செய்வதையும், ஒரு பெரிய பன்றி போல உறுமுவதையும் கேட்க ஒவ்வொரு வரும் விரும்பினார்கள். கரைவதில் அவன் குறிப்பாக சிறப்புடன் இருந்தான். உண்மையான காட்சி அது. முதன் முதலாகக் கொக்கரிக்க முயற்சி செய்யும் ஓர் இளம் சேவலை ஆரம்பத்தில் அவன் காட்டுவான். 'கொக்' என்பது அருமையாக வெளிவரும், ஆனால் 'கொரக்கோ' வராது. அதன் பிறகு இளம் சேவல் வேலியின் உச்சிக்குப் பறந்து போய், அதனுடைய வாழ்க்கையில் முதன் முறையில் அருமையாகக் கொக்கரிக்கும், இறக்கைகளை உரக்க அடித்துக் கொள்ளும். இப்போது, மீஷா தனது சட்டையை காற்சட்டைக்கு உள்ளிருந்து வெளியே எடுத்து விட்டு, தனது திறந்த வயிற்றின் மீது உள்ளங்கையால் அடிப்பான். அது சேவல் தனது இறக்கைகளை அடிப்பது போலவே ஒளி எழுப்பியது. ஆனால் மீஷா தனது எல்லாத் திறமைகளையும் காட்டும் அளவுக்கு இடை ஒய்வு போதுமானதாக இல்லை. இம்மாதிரி சில நேரங்களில், ஒரு பூனைக்குட்டி 'மியாவ்' என்பதோ, குட்டிப்பன்றி உறுமுவதோ வகுப்பின் இடையில் கேட்கத் தொடங்கும்.

''மீஷா கர்புனோவ்!'' என்று ஆசிரியை அழைப்பாள். ''கிரீச்சிடுவதையும், 'மியாவ்' என்பதையும் நிறுத்து. இதற்கு

மேல் கொக்கரிப்பு எதையும் நான் விரும்பவில்லை, மீஷா! நான் சொல்வது கேட்கிறதா, அந்தக் குரைப்பை நிறுத்து! எவ்வளவு நேரத்திற்கு நீ உறுமிக்கொண்டிருக்கப் போகிறாய்? கலகலப்பது திரும்பவும் நீ தானா? மற்றுமொரு ரீங்காரம் செய்தால் நீ வகுப்பை விட்டு வெளியே போக வேண்டும்!''

ஆனால் மீஷா அறையை விட்டு வெளியே அரிதாகவே அனுப்பப்பட்டான். ஆசிரியை அவனை விரும்பினாள், அவனது குறும்புகளைக் கண்டு அடிக்கடி சிரித்தாள். பள்ளி தலைமை ஆசிரியரால் கூட ஒவ்வொருவரும் பார்க்கும்படி உரக்கச் சிரிப்பதை நிறுத்த முடியவில்லை. மீஷாவை அவரது அறைக்கு வரவைத்து அவனது குறும்புத்தனம் குறித்து நீண்ட உரை நிகழ்த்தியது கூட நடந்தது. அவர் தனது பேச்சை இவ்வாறு முடித்தார்:

''இப்போது நீ போகலாம், ஆனால் திரும்பவும் நீ இங்கே கால் வைப்பபதப் பார்க்க நான் விரும்பவில்லை!''

ஆகவே மீஷா கைகளை ஊன்றித் தலைகீழாக நின்றான். தலைமை ஆசிரியரின் அறையை விட்டு கைகளால் நடந்து வெளியேறினான். உண்மைதான், அதன் பிறகு தலைமை ஆசிரியர் அவனது பெற்றோர்களை வருவித்தார், ஆனால் ஒவ்வொருவரும் அவர் சிரிப்பதைப் பார்த்தார்கள்.

ஒரு நாள் பள்ளி முடிந்ததும் மீஷா சொன்னான்:

''ஒரு டிராமை நான் நிறுத்துவதை நீ பார்க்க விரும்புகிறாயா?''

இயல்பாகவே ஒவ்வொருவரும் ''ஆமாம்!'' என்று கத்தினார்கள்.

''நாம் போகலாம்!'' என்றான் மீஷா.

எல்லாப் பையன்களும் அவனைப் பின்தொடர்ந்து வெளியேறினார்கள். டிராம் வண்டிப் பாதை பள்ளிக்கு அருகில் இருந்தது.

''நீங்களெல்லாம் இங்கேயே இருந்து கவனியுங்கள்,'' என்றான் மீஷா.

தொலைவில் டிராம் காணப்பட்டதும், மீஷா தண்டவாளங் களுக்குக் குறுக்காகப் படுத்து, கைகளால் தலையை

மூடிக்கொண்டான். டிராம் மிக வேகமாக நெருங்கி வந்து கொண்டிருந்தது. தண்டவாளத்தின் மீது ஒரு பையன் படுத்திருப்பதை ஓட்டுநர் பார்த்ததும். மணியைப் பலமாக கிரீச்சிடச் செய்தார்.

மீஷா நகரவில்லை. டிராம் மேன்மேலும் நெருக்கமாக வந்து கொண்டிருந்தது, மணியோசை கிரீச்சிடுவதும் மேலும் அதிகமாயிற்று. பையன்கள் அந்த இடத்திலேயே அதிர்ந்து போய் நின்றார்கள். டிராம் மிக நெருக்கமாக வந்த போது நின்று விட்டது. மணி ஒலிப்பது நின்ற அக்கணமே, மீஷா குதித்தெழுந்து நின்று பக்கத்தில் இருந்த சிறு தெருவுக்குள்ளாக எழுச்சியுடன் குதித்தோடினான். ஓட்டுநரால் செய்ய முடிந்ததெல்லாம் அவனைப் பார்த்து முட்டியை ஆட்டியது தான். பிறகு டிராம் நகர்ந்து சென்றது. பையன்கள் மீஷாவைச் சூழ்ந்து கொண்டார்கள்.

‘‘நீ பீதியடையவில்லையா?’’ என்று கேட்டார்கள்.

‘‘பீதியடைவதற்கு என்ன இருக்கிறது?’’

‘‘ஆனால் அவர் நிறுத்தாவிட்டால் என்ன ஆவது?’’

‘‘அவர் சிறைக்குச் செல்ல வேண்டும்.’’

‘‘ஆனால் அவர் உன்னைப் பிடித்திருந்தால்?’’

‘‘டிராமை விட்டுச் செல்வதற்கு அவர் அநுமதிக்கப்படுவ தில்லை.’’

முன்கூட்டியே எல்லாவற்றையும் மீஷா திட்டமிட்டிருந்ததை உங்களால் காண முடியும்.

மறுநாள் கோல்யா ஸ்தெபானவ் டிராமை நிறுத்தினான், அதற்கு அடுத்த நாள் கோஸ்த்யா ஃபெதோதவ். அதன் பிறகு சிகோர்ஸ்கி சகோதரர்கள். பிறகு யாரோ சிறுமிகளை வந்து பார்க்கும்படி அழைத்தார்கள். சிறுவனாகிய அப்பாவுக்கு அதுதான் முடிவு. இவரைத் தவிர ஒவ்வொருவரும் ஒரு முறையேனும் டிராமை நிறுத்தி முடித்துவிட்ட அந்நாள் வந்தது. எல்லாச் சிறுமிகளும் இதை அறிவார்கள். அவர்களுடைய மாதிரியை இவர் பின்பற்ற வேண்டியதுதான். சிறுவனாகிய அப்பா தண்டவாளங்களில் படுத்துக் கொண்டு டிராமை நிறுத்தப் போகிறார் என்பது சுற்றிலும் பரவிய போது, மற்ற வகுப்புகளைச்

சேர்ந்த சிறுமிகள் கூட பார்ப்பதற்காக வந்தனர். ஏனென்றால், சிறுவனாகிய அப்பா மிகவும் நிதானமான பையனாகவே இருந்தார். டிராமை நிறுத்துவதை எப்படிச் சமாளிக்கப் போகிறார் என்பதைப் பார்ப்பதற்கு எல்லாரும் விரும்பினார்கள்.

கூட்டம் மிக அதிகமாக இருந்தைத் தொலைவிலிருந்தே ஓட்டுநர் பார்த்தார். கண்ணை இறுக்கமாக மூடியும், கைகளைக் காதுகளுக்கு மேலாகவும் வைத்துக்கொண்டும், தண்டவாளங்களில் சிறுவனாகிய அப்பா படுத்திருக்கையில், ஓட்டுநர் டிராமை மெதுவாக நிறுத்தி விட்டு, கீழே குதித்து அவரை நோக்கி ஓடி வந்தார். டிராம் நிற்காதபடி தன் மீது ஏறிப் போய்விட்டதாகச் சிறுவனாகிய அப்பா முடிவு செய்தார். தன்னைக் குலுக்கிச் சப்தமிட்டுக் கொண்டிருப்பது ஓட்டுநர் என்பதுதான் அப்பா புரிந்து கொள்ளவில்லை.

“ஆகா! கடைசியில் உன்னை நான் பிடித்து விட்டேன்!”

எல்லாக் குழந்தைகளும் அச்சத்தில் நடுங்கிப் போய்விட்டார்கள். பக்கத்துத் தெருவில் இருந்து மீஷா மட்டுமே கத்தினான்:

“அப்படிச் செய்ய உங்களுக்கு உரிமை இல்லை!”

ஆனால் அவன் பேச்சை யாரும் கேட்கவில்லை.

காவல் நிலையத்திற்குச் சிறுவனாகிய அப்பா அழைத்துச் செல்லப்பட்டார். அங்கே அவருடைய முகவரியை எழுதிக் கொண்டார்கள். பாட்டி, தாத்தா மற்றும் பள்ளியின் தலைமை ஆசிரியர் ஆகியோர் காவல் நிலையத்திற்கு அழைக்கப்பட்டார்கள். பிறகு சிறுவனாகிய அப்பா்வீட்டிலே தண்டிக்கப்பட்டார், பள்ளியில் கேவலப்படுத்தப்பட்டார். பள்ளி சுவரொட்டிப் பத்திரிகையில் இவரைப் பற்றி ஒரு கட்டுரை வந்தது. தலைமை ஆசிரியர் மற்றும் தாத்தாவும் பாட்டியும், ஒவ்வொரு நாளும் தண்டவாளங்களில் படுத்துக் கொண்டு டிராமை நிறுத்தியது சிறுவனாகிய அப்பா ஒருவர்தான் என்று நினைத்தார்கள். மீஷா கர்புனோவ், கோல்யா ஸ்தெபானவ், கோஸ்த்யா ஃபெதோதவ் மற்றும் சிகோர்ஸ்கி சகோதரர்கள் ஆகிய எல்லாரும் டிராமை நிறுத்தியிருக்கிறார்கள் என்று சிறுவனாகிய அப்பா அதிகம் சொல்ல விரும்பினார். எனினும் அவர் எதையும் சொல்லவில்லை.

மிக நீண்ட காலத்திற்கு இந்தக் கதை பற்றி சிறுவனாகிய அப்பா நினைவுபடுத்தப்பட்டார். ஆனால் இவற்றில் மிக மோசமானது என்னவென்றால், பையன்களும், சிறுமிகளும் அவரைக் கேலி செய்ததுதான், ஏனெனில் பிடிபட்டுப் போனது இவர் மட்டுந்தான். அவர் நண்பன் மீஷா கூடக் கூறினான்:

‘‘எப்படிச் செய்வதென்று உனக்குத் தெரியாத போது & முயற்சி செய்யாதே!’’

அதன் பிறகு யாருமே தண்டவாளங்களில் படுக்கவில்லை. அப்போது பிடிபட்டதற்காக அப்பா மகிழ்ச்சி அடைகிறார். ஏனெனில் டிராம் யார் மீதும் ஏறிவிடவில்லை. மேலும் அது உண்மையிலேயே ஓர் அற்புதந்தான்.

22

அப்பா பாம்பைக் கொன்றது எப்படி

அப்பா சிறுவனாக இருந்த போது அவர் ஒரு பாம்பைக் கொன்றார். அது நடந்தது இப்படித்தான். ஒரு நாள் பள்ளி முடிந்த பிறகு ஆசிரியை சொன்னாள்: ''குழந்தைகளே! நாளைக்கு நாம் காட்டிற்குப் போகப் போகிறோம். காட்டில் அருமையான பச்சைப் புல்லின் மீது நாம் நடப்போம், சூரிய ஒளியில் நீங்கள் விளையாடலாம். யார் போக விரும்புவது?''

எல்லாக் குழந்தைகளும் கைகளை உயர்த்தினார்கள். சிறுவனாகிய அப்பாவும் அவ்வாறே செய்தார்.

ஆசிரியை முறுவலித்து விட்டுச் சொன்னாள்:

''யார் விரும்பவில்லை?''

பிறகு எல்லாக் குழந்தைகளும் கைகளைத் திரும்பவும் உயர்த்தினார்கள், சிறுவனாகிய அப்பாவும் அவ்வாறே செய்தார்.

ஆசிரியை மிகவும் வியப்புற்றுப் போனாள்.

''இது எதைக் குறிப்பதாக அருத்தம்?'' என்று கேட்டாள். ''காட்டில் நடந்து செல்வதை நீங்கள் விரும்புகிறீர்களா, இல்லையா?''

''நாங்கள் விரும்புகிறோம்!'' குழந்தைகள் கத்தினார்கள்.

''பிறகு வேண்டாம் என்பதற்காக எதற்கு வாக்களித்தீர்கள்?''

யாராலும் விளக்க முடியவில்லை. இறுதியாக, சிறுமிகளில் ஒருத்தி கூறினாள்:

''ஏனென்றால் நாங்கள் எல்லாரும் வாக்களிக்க விரும்ஙபகிறோம்...''

பிறகு ஒவ்வொருவரும் சிரித்தார்கள், ஆசிரியையும் சிரித்தாள். அவள் பேசினாள்:

''நீங்கள் எல்லாருமே சிறுபிள்ளைத்தனமானவர்கள். உங்களுடன் உணவை எடுத்து வர மறந்துவிடாதீர்கள். காட்டில் உணவு விற்பதில்லை. வகுப்புக் கலைந்தது.''

எல்லாக் குழந்தைகளும் எழுந்தனர்.

திடீரென்று சிறுவனாகிய அப்பா தனது கையைத் திரும்பவும் உயர்த்தினார்.

''இப்போது என்ன விஷயம்?'' என்று ஆசிரியை கேட்டாள். ''நீ உண்மையாகவே வாக்களிக்க விரும்புகிறாய், இல்லையா?''

''நான் ஒரு சிறு மண்வாரி எடுத்துக் கொண்டுவர முடியுமா?''

ஆசிரியை கூறினாள்:

''நீங்கள் எல்லாரும் வாக்களிப்பதற்கு அதிகமாக விரும்புகிறபடியால், இந்தக் கேள்வி குறித்தும் நாம் வாக்கெடுப்பு நடத்துவோம். தன்னுடன் மண்வாரியை இவன் எடுத்து வரும்படிக் கூறுவது யார்?''

ஒவ்வொருவரும் கைகளை உயர்த்தினார்கள்.

''இது ஒருமனதானது,'' என்றாள் ஆசிரியை.

ஆக சிறுவனாகிய அப்பா தனது மண்வாரியைக் காட்டிற்கு எடுத்துச் சென்றார். ஏனென்றால், அவர் இன்னமும் மிகச் சிறு பையனாகவே இருந்தார். தனது மண்வாரியை அவர் பெரிதும் விரும்பினார். அதை எடுத்துச் செல்வதற்காகத் தனக்கு ஒவ்வொருவரும் வாக்களித்தது குறித்து அவர் மகிழ்ச்சியடைந்தார்.

காட்டில் அருமையாக இருந்தது. மரங்கள் பசுமையாக இருந்தன. இளம் புற்கள் அத்தனை பசுமையாக இருக்கவே, அதைச் சிறுவனாகிய அப்பா வியப்போடு நோக்கினார்.

''குழந்தைகளே, இந்த மரத்தைப் பாருங்கள்,'' என்று ஆசிரியை கூறினாள். ''இது என்ன வகையான மரம் என்று யாருக்கேனும் தெரியுமா?''

''இது ஓர் ஓக்! ஓக்!'' அவர்கள் எல்லாரும் கத்தினார்கள்.

வாக்களிப்பதற்கு விரும்பிய சிறுமி (அவள் பெயர் ஓல்யா) கூறினாள்:

‘‘பழைய, வல்லமை மிக்க ஓக்…’’ அவள் எதற்காக இதைச் சொன்னாள் என்று யாரும் புரிந்து கொள்ளவில்லை. ஆசிரியை கூட வியப்புற்றது போலக் காணப்பட்டாள். பிறகு அவள் வினவினாள்:

‘‘இது என்ன மரம்?’’

ஒவ்வொருவரும் திரும்பக் கத்தினார்கள்:

‘‘இது ஒரு சிறிய பிர்ச் மரம்.’’

பேசுவதற்காக ஓல்யா தனது வாயைத் திறந்ததை சிறுவனாகிய அப்பா பார்த்து விட்டு, மெதுவாகச் சொன்னார்:

‘‘இது வல்லமை மிக்க இளம் பிர்ச் மரம்!’’

ஓல்யா புண்பட்டுப் போனாள், சிறுவனாகிய அப்பாவைப் பார்த்து தனது நாக்கை நீட்டினாள்.

பிறகு சிறுவனாகிய அப்பா உரக்கச் சொன்னார்:

‘‘வல்லமை மிக்க இளம் நாக்கு!’’

ஒவ்வொருவரும் சிரித்தார்கள், ஆனால் ஆசிரியை கூறினாள்:

‘‘பாடத்தில் குறுக்கீடு செய்கின்ற எந்தக் குழந்தையாக இருந்தாலும், காட்டை விட்டுப் போகும்படி நான் கேட்டுக்கொள்ள வேண்டிவரும்.’’

அத்தனை கண்டிப்புடன் அவள் சொன்னதால் ஒவ்வொருவரும் மௌனமாகி விட்டார்கள், ஆனால் பிறகு அவளாகவே சிரித்துக் கொண்டாள்.

பின்னர் எங்களது வடபகுதிக் காடுகளில் வளரும் மரங்களைப் பற்றியும், தென்பகுதியில் வளரும் மரங்களைப் பற்றியும் அவள் குழந்தைகளிடம் சொன்னாள்.

பிறகு யாரோ பெண் மூட்டைவண்டு ஒன்றைப் பார்க்க, ஒவ்வொருவரும் பாடினர்:

பெண் மூட்டைவண்டு, பெண் மூட்டைவண்டு

அப்பால் பறந்துபோ,

உனதில்லமோ நெருப்பிலிருக்கிறது!

ஆனால் பெண் மூட்டைவண்டு அப்பால் பறந்து போக விரும்பவில்லை. பிறகு ஒவ்வொருவரும் மதிய உணவு பற்றி நினைத்து பசியை உணர்ந்தார்கள். காட்டின் வெளியில் விருந்து சாப்பிடுவது வேடிக்கையாக இருந்தது. மேசைக்காக ஒரு பெரிய அடிமரத்தைப் பயன்படுத்தினார்கள். ஒவ்வொருவரும் தங்களுக்குள் உபசரித்துக் கொண்டார்கள். ஆசிரியை தனது பையிலிருந்து இனிப்புப் பண்டப் பெட்டியை வெளியே எடுத்த போது மகிழ்ச்சி ஒலி விண்ணதிர்ந்தது.

திடீரென்று யாரோ அலறினான்:

“அங்கே பாம்பு! பாம்பு!”

ஓல்யா அலறிக் கொண்டிருந்தாள். சிறுவனாகிய அப்பாவுக்கு அடுடத்து, காட்டின் வெளியின் விளிம்பில் உட்கார்ந்து கொண்டிருந்தாள். அவள் குதித்து எழுந்து நின்று மேன்மேலும் உரக்க அலறத் தொடங்கினாள்:

“காப்பாத்துங்க! ஓ, அம்மா!”

சிறுவனாகிய அப்பாவும் கூட குதித்தெழுந்து நின்றார். ஓல்யாவுக்கு அருகே ஒரு கரிய பாம்பு ஊர்ந்து கொண்டிருப்பதைக் கண்டார். ஒரு பாம்பை அவர் தனது வாழ்க்கையில் முதன் முறையாகக் கண்டது இதுதான். மிகவும் நடுக்குற்றுப் போன அவர், வலிமையெல்லாம் சேர்த்து அதை அடித்தார். தனது கூர்மையான மண்வாரியால் பாம்மை அடித்து, அதை இரு துண்டாக்கினார். இரு துண்டுகளுமே தனித்தனியாக ஊர்ந்து செல்லத் தொடங்கின. ஓல்யா தொடர்ந்து கிரீச்சிட்டுக் கொண்டிருந்தாள். இப்போது எல்லாச் சிறுமிகளுமே கிரீச்சிட்டுக் கொண்டிருந்தார்கள். ஆனால் ஆசிரியை அலறவில்லை. அவள் சிறுவனாகிய அப்பாவை மிகுந்த ஆர்வத்தோடு உற்றுக் கவனித்துக் கொண்டிருந்தாள். சிறுவனாகிய அப்பா கடுமையாக வேலை செய்தார். முதலில், இரண்டை நான்கு பாம்புகளாக்கினார், பிறகு நான்கை எட்டாக்கினார். பெரும்பாலும் அவர் பதினாறாகவோ, முப்பத்தியிரண்டாகவோ ஆக்கி இருக்கக் கூடும், ஆனால் ஆசிரியை அவரிடம் வந்து, அவர் கையை இறுக்கமாகப் பிடித்துக்கொண்டு, கூறினாள்:

“அது போதும்! இது பச்சைப் பாம்பு. இது நச்சுப் பாம்பல்ல. பச்சைப் பாம்புகள் நல்லவை.”*

துண்டுபோடுவதைச் சிறுவனாகிய அப்பா நிறுத்தினார். சிறுமிகள் அலறுவதை நிறுத்தினார்கள். ஆனால் ஓல்யா நிறுத்தவில்லை.

“இது பச்சைப் பாம்பு! பச்சைப் பாம்பு!” அவள் கிரீச்சிட்டாள்.

இதற்குள்ளாக, எல்லாப் பையன்களும் சத்தம் போட்டுக் கொண்டிருந்தாக்க்ள்.

“உதவி! உதவி!” என்று அவர்கள் கத்தினார்கள். “உதவி, அம்மா! உதவி, அப்பா! உதவி, பாம்பு!”

“எல்லாரும் அமைதியாக இருங்கள்!” ஆசிரியை சொன்னாள். இறுதியாக ஒவ்வொருவரும் மௌனமாகிய போது, மென்மையான குரலில் அவள் பேசினாள் : “பச்சைப் பாம்புகள் நச்சுத்தன்மையற்றவை. அவை பயனுள்ளவை, அவற்றை நீங்கள் கொல்லக் கூடாது. நச்சுப் பாம்பினின்றும் பச்சைப் பாம்பை வேறுபடுத்தித் தெரிந்து கொள்ள வேண்டும். இப்போ அதை நினைவு வைத்திருங்கள். மேலும், எதற்காக நீங்கள் கிரீச்சிடுகிறீர்கள் என்பதை அறிந்துகொள்வதற்கு முன்னால், இதுபோன்று அற்பத்தனமாகக் கிரீச்சிடக் கூடாது. மேலும், அது ஒரு நச்சுப் பாம்பு என்று நினைத்து ஒரு பையன் ஓடிப் போகவில்லை, ஆனால் நின்று தனது நண்பனைப் பாதுகாத்த அவனைப் பார்த்துச் சிரிப்பதில் அர்த்தமில்லை. உண்மையில், இப்பாம்பை நூறு துண்டாக வெட்டவேண்டிய அவசியம் இல்லை.”

பிறகு ஒவ்வொருவரும், சிறுமிகளும் பையன்களும் சேர்ந்தே சிரித்தார்கள். தனது மண்வாரியைப் புதர்களுக்குள்ளாகச் சிறுவனாகிய அப்பா தூக்கி எறிந்தார். அதன் பிறகு நீண்ட காலத்திற்குப் பள்ளியில் உள்ள ஒவ்வொருவரும் அவரை பார்த்துத் தொடர்ந்து கத்தினார்கள்: “உதவி! அதோ பச்சைப் பாம்பு!” ஆனாலும் அவர்கள் ஓல்யாவைக் கேலி செய்திருக்க வேண்டும் என்பதை அவர் உணர்ந்தார். அதுதான் அவர் கொன்ற கடைசிப் பாம்பு.

---

* தமிழ் நாட்டில பச்சைப் பாம்பு ஆபத்தானவை என்றும், கண்ணைக் கொத்தும் என்றும் கூறுவர். & மொ.ர்.

23

ஜெர்மன் மொழியை அப்பா வஞ்சம் தீர்த்துக் கொண்டது எப்படி

அப்பா சிறுவனாக இருந்த போது எல்லா வகையான மதிப்பெண்களையும் பெற்றார். ருஷ்யனில் ‘அருமை’ என்றும், கணிதத்தில் ‘பரவாயில்லை’ என்றும், எழுதும் திறமையில் ‘மோசம்’ என்றும், ஓவியத்தில் ‘மகா மோசம்’ என்றும் பெற்றார். அவருடைய திறமையை அவர் வளர்த்துக்கொள்ளவில்லை என்றால் மற்றுமொரு ‘மகா மோசம்’ வழங்கப்போவதாக ஓவிய ஆசிரியர் உறுதி சொன்னார்.

ஒரு நாள் புதிய ஆசிரியை வகுப்பிற்குள் நுழைந்தாள். அவள் மிக அருமையானவள். இளமையோடும், அழகோடும், புன்முறுவலோடும் காணப்பட்டாள். மிகவும் அருமையான உடையும் அணிந்திருந்தாள்.

‘‘என்னுடைய பெயர் யெலேனா செர்கேயெவ்னா. உங்களுடைய பெயர்கள் என்ன?’’ என்று சொல்லி முறுவலித்தாள். ஒவ்வொருவரும் கத்தினார்கள்:

‘‘ஜேன்யா!’’

‘‘ஸீனா!’’

‘‘லீஸா!’’

‘‘மீஷா!‘‘

‘‘கோல்யா!’’

யெலேனா செர்கேயெவ்னா தனது கைகளால் காதுகளைப் பொத்திக் கொண்டாள். அவர்கள் எல்லாரும் கத்துவதை நிறுத்தினார்கள். பிறகு அவள் கூறினாள்:

‘‘உங்களுக்கு ஜெர்மன் மொழி கற்றுக் கொடுக்கப் போகிறேன். நீங்கள் அதை விரும்புவீர்களா?’’

‘‘ஆமாம்! ஆமாம்!’’ வகுப்பு முழுவதும் கத்தியது.

ஆக சிறுவனாகிய அப்பாவும் ஜெர்மன் கற்றுக் கொள்ளத் தொடங்கினார். முதலில் ‘நாற்காலி’ என்பதற்கு ஜெர்மனில் der Stuhl என்றும், ‘மேசை’ என்பதற்கு der Tisch என்றும், ‘புத்தகம்’ என்பதற்கு das Buch என்றும், ‘பையன்’ என்பதற்கு பீமீகூஷீ Knabe என்றும், ‘சிறுமி’ என்பதற்கு das Madchen என்றும் சிந்திக்க ஆசைப்பட்டார்.

அது ஒரு விளையாட்டுப் போல இருந்தது. எல்லாக் குழந்தைகளும் ஆர்வத்தோடு இருந்தார்கள். ஆனால் அவர்கள் வினைப்பாகுப்பாடு கூறவும், வேற்றுமையில் உருத்திரிபு செய்யவும் தொடங்கிய போது Knabe மற்றும் Madchen களில் சிலர் சலிப்புற்றார்கள்: ஜெர்மன் அறிந்துகொள்ள அவர்கள் படிக்க வேண்டியிருந்தது என்பதை உணர்ந்து கொண்டார்கள். அது ஒரு விளையாட்டாக இருக்கவில்லை. அது கணிதம் அல்லது ருஷ்யன் போல ஒரு பாடமாக இருந்தது. பாடங்களை ஆர்வமுள்ளதாக்க யெலேனா செர் கேயெவ்னா தன்னால் முடிந்தளவுக்கு முயன்றாள். வகுப்பிற்கு ஜெர்ம்னில் இருந்த வேடிக்கைக் கதைப் புத்தகங்களைக் கொண்டுவந்தாள். ஜெர்மன் பாடல்களை குழந்தைகளுக்குக் கற்றுக் கொடுத்தாள். ஜெர்மனில் வேடிக்கையான கேலிகளை அவர்களுக்குக் கூறினாள். உண்மையாகவே படித்த குழந்தைகளுக்கு அது மிகவும் ஆர்வமூட்டுவதாக இருந்தது. ஆனால் படிக்காதவர்களால் அவளைப் புரிந்துகொள்ள முடியவில்லை. இயல்பாகவே, அவர்கள் சலிப்புற்றுப் போனார்கள். அவர்கள் das Buch இல் அரிதாகப் பார்த்தார்கள், யெலேனா செர்கேயெவ்னா அவர்களை அழைத்த போது der Tisch போல அமைதியாக இருந்தார்கள்.

சில நேரங்களில், ஜெர்மன் பாடம் தொடங்குவதற்குச் சற்று முன்னால், ஒரு பயங்கரமான கூச்சல் ஒன்று எழும்பும்:

“Ich habe spazieren!” அதன் பொருள்: ‘‘நான் நடக்க வேண்டியிருக்கிறது!’’ ஆனால் உண்மையில் அது எதைக் குறித்தது என்றால்: “இங்கிருந்து வெளியேறலாம்!’’ அப்பாவி யெலேனா செர்கேயெவ்னா வகுப்பிற்கு வந்தபோது, எல்லா மாணவர்களும் வினைச் சொல் spazieren யைப் படித்துக் கொண்டிருப்பதையும் பாடத்திற்காக மாணவிகள் மட்டுமே தங்கியிருந்ததையும் காண முடிந்தது. அவள் மிகவும்

மகிழ்ச்சியற்றுப் போனாள். Spazieren மாணவர்களில் சிறுவனாகிய அப்பாவும் ஒருவராக இருந்தார்.

யெலேனா செர்கேயெவ்னாவின் மனத்தைப் புண்படுத்துவதற்காக அவர் ஓடிப்போகவில்லை. பாடங்களுக்கு இருக்காமல், தலைமை ஆசிரியர், ஆசிரியைகள், யெலேனா செர்கேயெவ்னா ஆகியோரிடமிருந்து மறைந்து அட்டாலியில் ஒளிந்துகொள்வது மிகவும் வேடிக்கையாக இருந்தது. வகுப்பில் அமர்வதைக் காட்டிலும், பாடத்தை அறியாது, யெலேனா செர்கேயெவ்னாவின் கேள்வி, 'உன்னிடம் பேனாக் கத்தி இருக்கிறதா?' என்று பொருள்படும் "Haben Sie ein Federmesser?" என்பதற்கு அமைதியாக நின்று இறுதியில் ஒருவாறு சமாளித்து "Ich nicht...." என்று பதிலளித்தது மிகவும் வேடிக்கையாக இருந்தது. இத்தகைய விடையைக் கேட்டுச் சிறுமிகள் சிரிப்பார்கள். தன்னைப் பார்த்துச் சிரிப்பவர்களைக் கண்டால் சிறுவனாகிய அப்பா விரும்பியதில்லை. வேறுயாரையேனும் பார்த்துச் சிரிப்பதையே அவர் விரும்பினார். அவர் புத்திசாலியாக இருந்திருப்பாரேயானால், தன்னுடைய பாடங்களைச் சரியாகப் படிக்கத் தொடங்கியிருக்க வேண்டும். ஆனால் சிறுவனாகிய அப்பா ஆசிரியையிடம் மிகுந்த கோபமாக இருந்தார். ஜெர்மன் மொழியுடனும் கோபமாக இருந்தார். ஜெர்மன் மொழியை அப்பா வஞ்சம் தீர்த்துக் கொண்டார். படிக்க வேண்டியது போல ஜெர்மன் மொழியை சிறுவனாகிய அப்பா அறவே படிக்கவில்லை. மற்றொரு பள்ளியில் அவர் பிரெஞ்சு மொழியைச் சரியாகப் படிக்கவே இல்லை. பிறகு, கல்லூரியில் ஆங்கிலத்தையும் சரியாகப் படிக்கவில்லை. இப்போது அப்பாவுக்கு ஓர் அந்நிய மொழியும் தெரியாது. தனக்குத் தானே பழிவாங்கிக் கொண்டதாக இப்போது அவர் உணர்கிறார். அவருக்கு விருப்பமான பல புத்தகங்களை அவை எழுதப்பட்ட மொழியில் அவரால் படிக்க முடியாது. மற்ற நாடுகளினின்றும் வரும் ஆட்களை அப்பாவுக்கு அடிக்கடி அறிமுகம் செய்வார்கள். அவர்கள் ருஷ்ய மொழியை மிக மோசமாகப் பேசுவார்கள். ஆனால் அவர்கள் எல்லாருமே ருஷ்யன் படித்துக் கொண்டிருக்கிறார்கள். மேலும் அவர்கள் எல்லாருமே அப்பாவைக் கேட்கிறார்கள்:

24

அப்பா இரு கட்டுரைகள் எழுதியது எப்படி

அப்பா சிறுவனாக இருந்த போது அவரது நண்பர்களில் ஒருவன் வாஸ்யா செரேதின். சிறுவனாகிய அப்பாவின் வீட்டிற்கு அடுத்ததில் வாஸ்யா வசித்தான். அவர்கள் எப்போதுமே சேர்ந்தே பள்ளிக்கு நடந்து சென்றார்கள், சேர்ந்தே எப்போதும் வீடு திரும்பினார்கள். பள்ளியில் ஒரே டெஸ்கில் இருவரும் அமர்ந்தார்கள். வகுப்பில் மற்ற எவரைக் காட்டிலும் விரைவாகக் கணித வினாக்களை வாஸ்யாவால் செய்ய முடிந்தது. சிறுவனாகிய அப்பாவுக்கு அவன் உதவி செய்தான். பாடல்களை மனப்பாடம் செய்வதற்கும், கட்டுரைகள் எழுதுவதற்கும் அப்பா வாஸ்யாவுக்கு உதவினார். ஒருவருக்கொருவர் அவர்கள் பெரிதும் மகிழ்ச்சியடைந்து கொண்டார்கள். அவர்கள் சண்டையிட்டால், ஒருவருக்கொருவர் மட்டுமே சண்டையிட்டார்கள்.

ஒரு நாள் ஆசிரியை 'கோடையை நான் எப்படிக் கழித்தேன்?' என்ற தலைப்பில் கட்டுரையை அடுத்த நாள் எழுதிவரும்படி கூறினாள்.

"என்ன எழுதுவதென்று எனக்குத் தெரியவில்லை," என்று வாஸ்யா சிறுவனாகிய அப்பாவிடம் கூறினான்.

"கோடையை நீ எங்கே கழித்தாய்?" சிறுவனாகிய அப்பா கேட்டார்.

"நான் கிராமப்புறத்தில் இருந்தேன்," வாஸ்யா சொன்னான்.

"சரி, பிறகு கிராமப்புறத்தைப் பற்றி எழுது."

"நான் என்ன எழுதுவேன்?"

"நீ என்ன செய்தாய்?"

‘‘குறிப்பாக ஒன்றுமில்லை. நீந்தவும், மீன்பிடிக்கவும், காட்டில் கால்நடையாக நடக்கவும் சென்றேன்.’’

‘‘அதைப் பற்றித்தான் நீ எழுதவேண்டும்,’’ என்றார் சிறுவனாகிய அப்பா.

சற்று நேரத்தில் வாஸ்யாவின் கட்டுரை தயாராகி விட்டது. அதை அவன் சிறுவனாகிய அப்பாவிடம் காட்டினான். அவன் எழுதியிருந்தது இதுதான்:

கோடையை நான் எப்படிக் கழித்தேன்

கோடைக்காலத்தைக் கிராமப்புறத்தில் எனது பாட்டியுடன் நான் செலவிட்டேன். நீந்தவும், மீன்பிடிக்கவும், பையன்களுடன் காட்டிற்கு நடக்கவும் சென்றேன். கோடையில் கிராமப்புறத்தில் அருமையாக இருந்தது.

வா. செரேதின்

‘‘இது கட்டுரை அல்ல,’’ என்றார் சிறுவனாகிய அப்பா. ‘‘உன் பாட்டியைப் பற்றி எழுது, அவள் என்ன விரும்புகிறாள், என்ன சொன்னாள், என்ன செய்தாள், என்ன பாடல்கள் பாடினாள் என்பதைப் பற்றி எழுது.’’

‘‘அவள் பாடவில்லை. எனக்குக் கட்டுக்கதைகள் சொன்னாள்,’’ என்றான் வாஸ்யா.

‘‘சரி பிறகு, கட்டுக்கதைகளைப் பற்றி எழுது. பையன்களைப் பற்றியும், ஆறு பற்றியும், காடு பற்றியும் எழுது.’’

‘‘எப்படி எழுதுவதென்றே எனக்குத் தெரியவில்லை,’’ என்றான் வாஸ்யா. ‘‘உன்னிடம் நான் என்ன சொல்கிறேனோ அதை நீ பிறகு எழுதுகிறாயா?’’

வாஸ்யா அப்பாவிடம் தன் பாட்டியைப் பற்றி, பையன்களைப் பற்றி, காட்டையும் நதியையும் பற்றி எல்லாவற்றையும் கூறினான். அப்பா ஒரு நீண்ட கட்டுரை எழுதினார். மிகவும் சிரமப்பட்டு முயன்றார். கட்டுரை மிகவும் நன்றாக இருந்த. வாஸ்யா மிகவும் மகிழ்ச்சியுற்றான்.

‘‘நான் அதைத் திரும்ப எழுதுகிறேன்,’’ என்றான் அவன். ‘‘அதற்கிடையே உன்னுடைய சொந்தக் கட்டுரையை நீ எழுத ஆரம்பி. நேரமாகிக் கொண்டு போகிறது.’’

வாஸ்யா புறப்பட்ட பிறகு தனது சொந்தக் கட்டுரையை எழுதுவதற்காகச் சிறுவனாகிய அப்பா உட்கார்ந்தார், ஆனால் அது அவருக்குக் கஷ்டமான நேரமாக இருந்தது. ஒரே வரிசையில் ஒரே விஷயத்தைப் பற்றி இரண்டு முறை எழுதுவது என்பது சுலபமதல்ல. சிறுவனாகிய அப்பாவும் கூட தனது கோடையை கிராமப்புறத்தில் செலவிட்டிருக்கிறார். அவரும் காட்டுக்குச் சென்றிருக்கிறார், ஆற்றில் நீச்சலடிக்கப் போயிருக்கிறார். ஆனால் அவை எல்லாவற்றைப் பற்றியும் வாஸ்யாவின் கட்டுரையில் அவர் எழுதிவிட்டார். இப்போது அவருக்கு இருந்த ஒரே சிந்தனை எல்லாம், வாஸ்யாவினுடையதைப் போல அல்லாத ஒரு கட்டுரை எழுத வேண்டும் என்பது தான். இல்லையெனில், அவர் இரு கட்டுரைகளை எழுதியிருக்கிறார் என்று ஆசிரியை ஊகிக்கக் கூடும். இதற்குள்ளாக தனது கட்டுரை நன்றாக இருக்குமா இல்லையா என்பது பற்றி சிறுவனாகிய அப்பா கவலைப்படவில்லை. வாஸ்யாவினுடையதைப் போல அல்லாத ஒரு கட்டுரை அவர் எழுதினார். உண்மையில், ஆசிரியை சொன்னது போல, அது ஒன்றுபோலவே இல்லை.

ஆசிரியை அவர்களுடைய கட்டுரை ஏடுகளைத் தந்த போது கூறினாள்:

''இதோ உங்களுடைய கட்டுரைகள், குழந்தைகளே. எல்லாவற்றிலும் வாஸ்யா செரேதினுடையது சிறப்பாக இருக்கிறது. இதை நான் உரக்கப் படிக்கிறேன்.''

வாஸ்யாவுக்காக அப்பா எழுதிய முதலாவது கட்டுரையை ஆசிரியை வாசித்தாள்.

''அருமை, வாஸ்யா!'' ஆசிரியை கூறினாள். ''மிக அருமையாக எழுதினாய். அது ஆர்வமூட்டுவதாக உள்ளது. நன்றாக எழுதப்பட்டுள்ளது. பிழைகளே அதில் இல்லை. அதிசமயான பாட்டியையும், நல்ல நண்பர்களையும் நீ பெற்றிருக்கிறாய்.''

இதைக் கூறிக் கொண்டிருக்கையில், ஏதோ இனம்புரியாத காரணத்திற்காக, சிறுவனாகிய அப்பாவை அவள் உற்றுப்பார்த்தாள். வாஸ்யா செரேதின் சிவந்து போனான். தான் செய்யாத ஒன்றினுக்காகத் தான் புகழப்படுவதை அவன் விரும்பவில்லை. பிறகு ஆசிரியை கூறினாள்:

“இப்போது மிக மட்டமான கட்டுரையை நான் படிக்கிறேன்,” இரண்டாவது முறையாகச் சிறுவனாகிய அப்பா எழுதியிருந்த கட்டுரையை அவள் படித்தாள். இப்போது சிறுவனாகிய அப்பா சிவந்து போனார். தனது பிழையில்லாத ஏதோ ஒன்றினுக்காகத் தான் திட்டப்படுவதை அவர் விரும்பவில்லை. அவர் வெட்கமுற்று நாணினார்.

அப்பாவினுடைய கட்டுரையை வாசித்து முடித்திருந்த போது, ஆசிரியை பேசினாள்:

“அடுத்த முறை நீ நன்றாகச் செய்வாள் என்று நாம் நம்புகிறேன். வாஸ்யா மட்டமாகச் செய்யமாட்டான். தெளிவாகி விட்டதா?”

“ஆமாம்,” என்று சிறுவனாகிய அப்பா மிக மென்மையாகக் கூறினார்.

“உனக்குப் புரிகிறதா, வாஸ்யா?” என்று ஆசிரியை கேட்டாள்.

“ஆமாம்,” என்று வாஸ்யா?” என்று ஆசிரியை கேட்டாள்.

“ஆமாம்,” என்று வாஸ்யா மெல்லக் கூறினான்.

கன்னங்கள் சிவந்தபடி இருவரும் அருகருகே அமர்ந்தார்கள். குழந்தைகள் எவராலும் ஒன்றையும் அறிந்துகொள்ள முடியவில்லை. என்ன நடந்தது என்பது பற்றி சிறுவனாகிய அப்பாவும், அவரது நண்பன் வாஸ்யாவும் பேசவில்லை. ஆனால் அப்போதிலிருந்து சிறுவனாகிய அப்பா தன்னுடைய கணக்கைத் தானாகவே செய்யத் தொடங்கினார். வாஸ்யாவும் தனது கட்டுரைகளை அப்பாவின் உதவியின்றி எழுதுவதற்குத் தொடங்கினான். ஆரம்பத்தில், சிறுவனாகிய அப்பா பல தவறுகள் செய்தார். வாஸ்யாவின் கட்டுரைகளும் மிக நன்றாக இருக்கவில்லை. மேல்நிகழ்வாக இருவரும் முன்னேற்றமடைந்தார்கள். உங்களுடைய காரியங்களை நீங்களே செய்யவில்லை என்றால் உங்களால் ஒருபோதும் கற்றுக்கொள்ள முடியாது என்பதைப் புரிந்து கொண்டார்கள். ஆனால் அதன் பிறகு பல ஆண்டுகள் வரை அவர்கள் ஒரே டெஸ்கையே பகிர்ந்து கொண்டார்கள்.

25

மயாகோவ்ஸ்கியிடம் அப்பா பேசியது எப்படி

அப்பா சிறுவனாக இருந்தபோது கவிஞர் மயாகோவ்ஸ்கி யிடம்* ஒருமுறை பேசினார், அல்லது இன்னும் சரியாகச் சொன்னால், மயாகோவ்ஸ்கி அவரிடம் பேசினார். அது இப்படித்தான் நடந்தது.

'சுரங்க ஆள்' என்ற தலைப்பில் கவிதை எழுதி அதை ஆசிரியையிடம் சிறுவனாகிய அப்பா காட்டினார். அதைப் படித்து விட்டு அவள் சொன்னாள்:

''நமது பள்ளியில் எவரும் கவிதை எழுதுவதில்லை. அதனால் உன்னுடைய கவிதையைப் பள்ளிப் பத்திரிகையில் நாம் வெளியிடுவோம். இதை எழுதியதற்காக உனக்குப் பாராட்டுகள். ஆனால் நீ பூஷ்கின் ஆகிவிட்டதாக நினைக்க வேண்டாம்.'' தான் பூஷ்கின் என்று நினைத்துக் கொள்ளமாட்டேன் என்று சிறுவனாகிய அப்பா உறுதி கூறினார்.

அக்கவிதை பள்ளிப் பத்திரிகையில் வெளிவந்தது. அந்தப் பத்திரிகையை எல்லாக் குழந்தைகளும் படித்ததால், மூன்றாம் படிவத்தில் கவிதை எழுதக்கூடிய ஒரு பையன் இருக்கிறான் என்பதை அவர்கள் கண்டுபிடித்தார்கள். ஆசிரியர்கள் அவரைப் புகழ்ந்தார்கள். பையன்கள் கேலி செய்தார்கள்: ''அவன் ஒரு கவிஞன், அதை அறியவில்லை!'' தங்களுடைய ஆல்பங்களில் ஏதாவது எழுதித் தரும்படி எல்லாப் பெரிய சிறுமிகளும

---

* விளாதிமிர் மயாகோவ்ஸ்கி (1893&1930) & மாபெரும் ருஷ்ய சோவியத் கவிஞர், தனது சமூகக் கவிதைகளுக்காகவும், உணர்ச்சிப் பாடல்களுக்காகவும் புகழ்பெற்றவர். தனது படைப்பிலக்கியங்களிலே, சோவியத் புரட்சியையும், மக்களுக்கு அது கொண்டுவந்துள்ள புதிய வாழ்க்கையையும் போற்றிப் புகழ்ந்தார். & ப.ர்.

சிறுவனாகிய அப்பாவைக் கேட்டார்கள். பள்ளிப் பத்திரிகையின் பதிப்பாசிரியன் கூறினான்:

''ஒவ்வொரு இழுக்கும் நீ கவிதைகள் எழுதித் தருவது நல்லது, அல்லது நீ வருத்தப்படுவாய்.'' அவன் தனது முட்டியை அப்பாவின் மூக்கிற்கு முன் ஆட்டினான்.

சிறுவனாகிய அப்பா பெரியவராக வளர்ந்த போது, அத்தகைய பதிப்பாசிரியன் ஒரு கவிஞனுடைய கனவு என்பதைப் புரிந்து கொண்டார். ஆனால் அதே நேரம் அவர் வெறுமனே அச்சமுற்றுப் போனார். ஏழாம் படிவத்தைச் சேர்ந்த அந்தப் பதிப்பாசிரியன் ஒரு பெரிய பையன், எவரையும் அச்சுறுத்தக்கூடிய அளவுக்கு அவனது முட்டி பெரிதாக இருந்தது. அதன் காரணமாகத்தான், அதன் பிறகு பள்ளிப் பத்திரிகையின் ஒவ்வொரு இதழிலும் சிறுவனாகிய அப்பாவி-னுடைய கவிதை ஒன்று இருந்தது. சில வேளைகளில் இரண்டு கூட இருந்தன.

சூரியனுக்குக் கீழேயுள்ள ஒவ்வொன்றைப் பற்றியும் சிறுவனாகிய அப்பா எழுதினார். வசந்தகாலம், குளிர்காலம், இலையுதிர் காலம், கோடைக் காலம் பற்றிய அவருடைய கவிதைகள் இருந்தன. பாரீஸ் கம்யூன் பற்றி ஒரு கவிதை இருந்தது. கொடுமைக்காரர்கள் பற்றியும், தொட்டிலில் கிடத்துவது பற்றியும் கவிதைகள் இருந்தன. வேதியல் பாடத்திலிருந்து தப்பித்துக் கொண்டு விட்ட ஆறாம் படிவத்தைப் பற்றி 'புகசோவின் கலகம்' என்ற தலைப்பிலும் ஒரு கவிதை இருந்தது. இந்தத் தலைப்பு புகசோவ்* என்ற பெயர் கொண்ட வேதியல் ஆசிரியரின் பெயரிலிருந்து வந்தது. இரண்டாண்டு காலத்திற்குள்ளாகச் சிறுவனாகிய அப்பா குறிப்பிடத்தக்க அளவு கவிதைகளை எழுதிவிட்டார். ஆனால் அவை நல்லவனவா,

கெட்டனவா என்பது அவருக்குத் தெரியாது. பள்ளியில் உள்ள ஒவ்வொருவரும் அவரைப் புகழ்ந்தார்கள், ஆனால் இது உண்மையான கவிதை இல்லை என்கின்ற உணர்வு

* இந்தப் பெயர் ருஷ்ய வரலாற்றில் புகழ்பெற்றது. எமெல்யான் புகசோவ் (1692&1765) & 18ஆம் நூற்றாண்டில் நடந்த விவசாயிகள் போரின் தலைவர். இந்தப் போர் சில சமயங்களில் ருஷ்ய வரலாற்றில் 'புகசோவின் கலகம்' என்று அழைக்கப்படுகிறது. & ப.ர்.

அவரிடத்தில் இருந்தது. உண்மையான கவிதையை அவரால் எழுத முடியுமா என்பதை அறிந்துகொள்ளப் பெரிதும் விரும்பினார். இந்த கேள்விக்கு யாரால் பதில் தர முடியும்? வெளிப்படையாகச் சொன்னால், ஓர் உண்மையான கவிஞரால் மட்டுமே முடியும். மிகச் சிறந்த, மிகவும் புகழ்பெற்ற கவிஞர். ஒரு வார்த்தையில், மயாகோவ்ஸ்கி.

சிறுவனாகிய அப்பா தனது சிறந்த செய்யுள்களைத் தேர்ந்தெடுத்து, அவற்றை மயாகோவ்ஸ்கியிடம் காட்ட வேண்டும் என்று முடிவு செய்தார். ஆனால் மயாகோவ்ஸ்கியிடம் போவதற்குச் சிறுவனாகிய அப்பா பயந்தார், ஏனெனில் இன்னமும் அவர் மிகச் சிறுவனாகவே இருந்தார். ஆகவே அவரைத் தொலைபேசியில் அழைப்பதென்று முடிவு செய்தார். தொலைபேசி புத்தகத்தில் மயாகோவ்ஸ்கியின் எண்ணைக் கண்டுபிடித்தார். பல மாலைகளில் தொடர்ச்சியாக, வீட்டில் யாருமே இல்லாத ஒருநேரமாகத் தேர்ந்தெடுத்து, மெசையின் மீது தனது கவிதைகளைப் பரப்பி வைத்துக்கொண்டு, துணிவை வரவழைத்த சிறுவனாகிய அப்பா ரிசீவரை எடுத்து, தொலைபேசி ஆப்பரேட்டரிடம் எண்ணைக் கூறி.... காலந்தாழ்த்தினார். மயாகோவ்ஸ்கியிடம் பேசுவதற்கு மிகவும் பீதியுற்றார்.

இது ஒரு வாரம் முழுக்கத் தொடர்ந்து நடந்தது. சிறுவனாகிய அப்பா தனக்குத்தானே பெரிதும் வெட்கப்பட்டுப் போனார்.

இறுதியில், ஒரு ஞாயிற்றுக்கிழமை மாலையில், தாத்தாவும் பாட்டியும் அரங்கத்திற்குச் சென்றுவிட்ட பிறகு, சிறுவனாகிய அப்பா மயாகோவ்ஸ்கியை தொலைபேசியில் அழைத்தார். உணர்ச்சிவயப்பட்டு நடுங்கியபடி, ரிசீவரைப் பற்றினார். இந்த முறை அவர் காலந்தாழ்த்தவில்லை. தனது எஞ்சிய வாழ்நாள் முழுக்க நினைவு வைத்திருப்பது போல அழுத்தமும், கனமும் கொண்ட இடி முழக்கம் போன்ற ஒரு குரலைக் கேட்டார். அன்று மாலை அந்தக் குரல் மிகவும் கோபமாக இருந்தது. மிகுந்த கண்டிப்புடன் அது கேட்டது:

‘‘யார் பேசுவது?’’

சிறுவனாகிய அப்பா தனது துணிவை இழந்து விட்டார். மூச்சுத் திணறி, எதுவும் சொல்லவில்லை. அந்தக் குரல் முழங்கியது:

“யார் அந்த முட்டாள்தனம் செய்வது? ஒவ்வொரு இரவிலும் யாரோ ஒரு முட்டாள் கூப்பிட்டுக் கொண்டே இருக்கிறான். வெறுமனே கூப்பிடுகிறான், எதுவும் சொல்வதில்லை! சரி, ஏதாவது சொல்! பாடு, அன்புக்குரியவனே!”

சிறுவனாகிய அப்பா மிகவும் நடுக்குற்றுப் போகவே ஒரு வார்த்தை கூட அவரால் சொல்ல முடியவில்லை. அவர் மன்னிப்புக் கேட்டிருக்க வேண்டிய அக்கணத்தைத் தவறவிட்டு, ஹலோ என்று கூறி, எதையோ விளக்கவும் எதையோ சொல்லவும் செய்தார். இப்போது அவரால் செய்ய முடிந்ததெல்லாம் உணர்ச்சியற்ற நிலையில் மௌனமாய் நின்று கேட்டதுதான். அவர் செய்தது வெறுமனே அதுதான்.

“நல்லது, நீ சற்று பொறு! நான் உனக்குக் காட்டுகிறேன். திரும்பவும் பேச முயன்றால், நான் என்ன கருதுகிறேன் என்பதை நீ காண்பாய்!”

மேலும் மயாகோவ்ஸ்கி ரிசீவரை தடாலென்று கீழே வைத்தார். சிறுவனாகிய அப்பா அவரைத் தொலைபேசியில் திரும்பவும் அழைக்கவே இல்லை. அவரை ஒருபோதும் பார்த்ததோ, திரும்பக் கேட்டதோ இல்லை. என்ன நடந்தது என்பது பற்றி ஒருவரிடமும் அவர் கூறக்கூட இல்லை. பல ஆண்டுகளாக இந்த உரையாடலைப் பற்றி இரு மனிதர்கள் மட்டுமே அறிந்திருந்தனர்: சிறுவனாகிய அப்பாவும் மயாகோவ்ஸ்கியும். பிறகுதான் அது பற்றி சிறுவனாகிய அப்பா மட்டுமே அறிந்தார். ஆனால் மயாகோவ்ஸ்கியுடனான இந்த உரையாடலை அவர் ஒருபோதும் மறக்கவில்லை. மேலும் இப்போது நீங்கள் கூட அதைப் பற்றி அறிவீர்கள்.

26

பள்ளி விழாவில் அப்பா தோன்றியது எப்படி

அப்பா சிறுவனாக இருந்த போது பக்கத்திலுள்ள பள்ளி அவர்களுடைய பள்ளி விழாவிற்கு இவருடைய பள்ளியை விருந்தினராக அழைத்திருந்தனர். அது பதிலாகச் செல்லக்கூடியதாக இருந்தது. அப்பாவினுடைய பள்ளியில் அந்தக் குழந்தைகள் நிகழ்ச்சி ஒன்றை நடத்திவிட்டனர். அவர்கள் பாடினார்கள், ஆடினார்கள், கவிதை ஒப்பித்தார்கள், உடற்பயிற்சி கண்காட்சி நடத்தினார்கள். பூஷ்கினுடைய 'பரீஸ் கதுனோவி'லிருந்து ஒரு காட்சியைக் கூட நடித்துக் காட்டினார்கள். உண்மை, கிரிகோரி பாத்திரத்தை நடித்த பையன், சன்னல் வழியாகக் குதிக்க வேண்டும் என எதிர்பார்க்கப்பட்ட போது, சன்னல் அடிக்கட்டையில் இழுபட்டு, மொத்த அமைப்பையும் கீழே சரித்து விட்டிருந்தான். ஆனால் இது எவருக்கும் ஏற்பட்டிருக்கக் கூடும். மொத்தத்தில், அவர்கள் மிகச் சிறப்பாகத் தோன்றச் செய்தார்கள். இப்போது அப்பாவினுடைய பள்ளி பக்கத்திலுள்ள பள்ளியில் நிகழ்ச்சி நடத்த வேண்டியிருந்தது. மற்ற குழந்தைகளை அவர்கள் திகைப்படைய வைக்க விரும்பினார்கள். ஆனால் அதை அவர்கள் எங்ஙனம் செய்ய முடியும்? அது பற்றி அவர்கள் பேசினார்கள்.

''நாம் பாட முடியும், ஆனால் அவர்களாலும் அப்படிச் செய்ய முடியும். நாம் ஆட முடியும், ஆனால் அவர்களும் ஆட முடியும். நம்மைக் காட்டிலும் அவர்கள் நன்றாக ஆட முடியும். ஆனால் நம்முடைய உடற்பயிற்சி ஆடகள் அவர்களுடையதைப் போலவே நன்றாக இருக்கிறார்கள். மேலும் நமது பிரமிடு கீழே விழுந்தால், அவர்களுடைய அரங்க அமைப்பு முழுவதுமே கீழே விழுந்து விட்டது. நம்மால் செய்யுள்

ஒப்பிக்க முடியும், ஆனால் அவர்களும் அவ்வாறு செய்ய முடியும். அவர்களுக்கு இல்லாததாக நாம் என்ன வைத்திருக்கிறோம்?''

ஒவ்வொருவரும் தீவிரமாகச் சிந்திக்கத் தொடங்கினர்.

''நம்மிடம் மீஷா கர்புனோவ் இருக்கிறான்,'' இறுதியாக யாரோ சொன்னான்.

பிறகு ஒவ்வொருவரும் சிரிக்கவும் கத்தவும் தொடங்கினார்கள்:

''அவனால் குரைக்க முடியும்!''

''அவனால் கரைய முடியும்!''

''அவனால் 'மியாவ்' சொல்ல முடியும்!''

''தயவு செய்து எல்லாருமாகக் கத்தாதீர்கள்!'' ஆசிரியை கூறினாள்.

சப்தம் அடங்கியதும் மீஷா பேசினான்:

''ஆக என்ன? யாராலும் அதைச் செய்ய முடியும். எப்படிக் கவிதை எழுதுவது என்பது எனக்குத் தெரிந்திருந்தால், அது உண்மையில் ஓரளவுக்கு மதிப்பாக இருக்கும்.''

மேலும் அவன் சிறுவனாகிய அப்பாவைக் கூர்ந்து நோக்கினான். ஒவ்வொருவரும் கூட சிறுவனாகிய அப்பாவை நோக்கினார்கள். ஆசிரியை கூறினாள்:

''எவ்வளவு சரியாகச் சொன்னாய்! நாம் நமது சொந்தக் கவிஞனைப் பெற்றிருக்கிறோம்.''

''அவர்களிடத்தில் கிடையாது!'' குழந்தைகள் கத்தினார்கள்.

அறிமுகமில்லாத மேடையிலும், பள்ளியிலும் தான் ஒருபோதும் நிகழ்ச்சி செய்ததில்லை என்று சிறுவனாகிய அப்பா கூறினார். மேலும் அவர் தனது சொந்தக் கவிதைகளையே ஒப்பிப்பதில் கூட.

ஆனால் இதற்குள்ளாக ஒவ்வொருவரும் கத்திக் கொண்டிருந்தார்கள்:

''அது பற்றிக் கவலைப்பட வேண்டாம்!''

''அது ஒரு விஷயமல்ல!''

மேலும் ஆசிரியை கூறினாள்:

“ஒவ்வொன்றும் அருமையாக இருக்கும். ஆனால் நீ பூஷ்கின் இல்லை என்பதை மறந்து விடாதே.”

இதை அவள் முன்னமேயும் அவருக்குக் கூறியிருந்ததைச் சிறுவனாகிய அப்பா ஒருபோதும் மறந்து விடவில்லை.

இறுதியாகப் பயங்கரமான அந்த நாள் வந்து விட்டது. அச்சத்தால் நடுங்கிக் கொண்டிருந்த சிறுவனாகிய அப்பா, உடற்பயிற்சியாளர்கள், நடனமாடுபவர்கள் மற்றும் பாடகர்களுடன் அறிமுகமில்லாத பள்ளிக்குக் கிளம்பினார். அறிமுகமில்லாத அரங்கத்தை உற்றுப்பார்த்தபடி, அறிமுகமில்லாத மேடையின் தொங்கு திரையின் பின்னே நின்று கொண்டிருந்தார். அது அறிமுகமில்லாத பையன்களாலும், அறிமுகமில்லாத சிறுமிகளாலும் நிறைந்து காணப்பட்டது. முன் வரிசையில் அறிமுகமில்லாத தலைமை ஆசிரியரும், அறிமுகமில்லாத ஆசிரியர்களும் அமர்ந்திருந்தனர். விநோதமான பார்வையோடு அவர்கள் மேடையை உற்றுப்பார்த்துக் கொண்டும், விநோதமாகச் சிரித்துக் கொண்டும் இருந்தார்கள். அந்த அரங்கமானது மிகவும் சாதாரணமான பையன்களாலும், சிறுமிகளாலும், ஆசிரியர்களாலும் நிறைந்திருந்தது என்பதை இப்போது நீங்கள் பெரும்பாலும் தெரிந்து கொண்டிருக்க முடியும். அப்பாவினுடைய பள்ளியில் செய்தது போலவே மிகத் துல்லியமாக மேடையைப் பார்த்துக் கொண்டும், சிரித்துக் கொண்டும், கைகளைத் தட்டிக் கொண்டும் இருந்தார்கள். ஆனால் அறிமுகமில்லாத கைகளைத் தட்டிக் கொண்டும் இருந்தார்கள். ஆனால் அறிமுகமில்லாத பள்ளியில் சிறுவனாகிய அப்பாவுக்கு ஏற்பட்ட மேடை பயத்தில் ஒவ்வொன்றும் விசித்திரமாகவே காணப்பட்டது.

அப்பாவின் காதில் மீஷா கிசுகிசுத்தது விணானது:

“இந்தப் பள்ளிக்கென்று எதுவுமில்லை. நம்முடைய ஆட்களைப் போன்றவர்களே இவர்கள், மட்டமானவர்கள் கூட.”

சிறுமிகள் அவருக்கு இனிப்புகள் கொடுத்தது வீணானது.

ஆசிரியை சொன்னதும் வீணானது:

''வெட்கப்படு! உனக்குக் கவிதைகள் மனப்பாடமாகத் தெரியும், இல்லையா?''

''ஆமாம்,'' உதடுகள் நடுங்க சிறுவனாகிய அப்பா பதிலளித்தார்.

கடைசியாக அந்தப் பயங்கர நேரம் வந்தது.

''எங்கள் பள்ளியின் கவிஞரால் எழுதிப் படிக்கப்பட்ட கவிதையை இப்போது நீங்கள் கேட்கலாம்,'' என்ற அறிவிப்பாளரின் குரல் கேட்டது.

ஒவ்வொருவரும் கைதட்டினார்கள். மீஷா சிறுவனாகிய அப்பாவை உந்தித் தள்ளிவிட்டான். பின்னிய தனது கால்களை இழுத்துக் கொண்டு தடுமாறியபடி சிறுவனாகிய அப்பா வெளியே வந்தார். அவரது வாழ்க்கையில் அவர் ஒருபோதும் அந்தளவு நடுக்குற்றுப் போனதில்லை. அரங்கம் சுழன்று கொண்டிருந்தது. அவருடைய வாய் வறட்சியாகவும் தூசியாகவும் இருந்தது. அலை அடிப்பது போன்ற விநோதமான ஒலி அவருடைய காதுகளில் 'உஸ்' என்று ஒரேமாதிரியாக ஒலித்துக் கொண்டிருந்தது.

பார்வையாளர்களில் ஒருவர் முகத்தைக் கூட சிறுவனாகிய அப்பாவால் பார்க்க முடியவில்லை. மாறாக, பல வண்ணக் கறை சுழன்று கொண்டிருப்பதை அவர் பார்த்தார். அது மோதிக் கொண்டிருந்தது. பிறகு ஒவ்வொன்றும் அமைதியாகிப் போனது. ஒவ்வொருவரும் அவரது கவிதைக்காகக் காத்துக் கொண்டிருந்தார்கள். ஆனால் சிறுவனாகிய அப்பா வெறுமனே அங்கே நின்றார். முதலில் சிறுவனாகிய அப்பா ஒரு தாளைப் போல வெள்ளையாகவும், பிறகு திடீரென்று நீலநிறமாக மாறி, பின்னர் பச்சை நிறமாக மாறி, சிவப்புப் புள்ளிகளால் முற்றிலும் நிறைந்து போய்விட்டதாக பின்னர் மீஷா கூறினான்.

''நீ அவனைப் பார்த்திருக்க வேண்டும்!'' என்றான் மீஷா. ''தீப்பொறி போல இருந்தான்! அவர்களுடைய பள்ளியில் யாராலும் அதுபோலச் செய்ய முடியாது என்று பந்தயம் கட்டுவேன்!''

பிறகு பார்வையாளர்களில் யாரோ சிரித்தான், கடைசியில் தனது பள்ளிக்காகத் தான் எழுதியிருந்த பாடலைச் சிறுவனாகிய அப்பா ஒப்பிக்கத் தொடங்கினார். முதலில்

ஒவ்வொருவரும் கவனத்தோடு கேட்டார்கள், ஆனால் அவர் பல்லவி பாடத் தொடங்கிய போது, பார்வையாளர்கள் சப்தம் செய்ய ஆரம்பித்தார்கள். அந்தப் பல்லவி இப்படித்தான் சென்றது:

ராபின் ஹூட்டை விட நீ துணிவுள்ளவாக இருந்தாய்,
ஒவ்வொரு பள்ளத்தாக்கிலும் காட்டிலும் காணப்பட்டாய்,
ஒருபோதும் சிறந்த குழுவை நீ காணவியலாது
நாடு முழக்கவும் பள்ளி எண் 23 போலே!

விழாவானது பள்ளி எண் 9இல் நடைபெற்றுக் கொண்டிருந்தபடியால், சிறுவனாகிய அப்பா சொல்லிக் கொண்டிருந்ததைக் குழந்தைகள் ஏற்றுக் கொள்ளவில்லை. அவர்கள் பள்ளியினுடைய மானம் இடர்ப்பாடான நிலையில் இருப்பதை உணர்ந்து கால்களைத் தட்டவும், சத்தம் போடவும் தொடங்கினார்கள். அவை எல்லாம் எதற்காக என்பதைப் புரிந்து கொள்வதில் சிறுவனாகிய அப்பா மிகவும் நடுக்குற்றுப் போனார். தனது கையை உயர்த்தி அவர் கூறினார்:

''வரியின் நடுவில் தயவு செய்து என்னிடம் குறுக்கிடாதீர்கள். இந்தச் செய்யுளை நான் முடிக்கும் போது, நீங்கள் விரும்பியது போல எல்லாவிதமான சத்தத்தையும் எழுப்பிக் கொள்ளலாம்.''

ஒவ்வொன்றும் அமைதியாகிப் போயிற்று. அத்தகைய ஒரு வருத்தத்தால் அவர் தன்னைத் தானே தாழ்த்திக் கொண்டதைச் சிறுவனாகிய அப்பா உணரவில்லை.

பள்ளி எண் 9 இல் குழந்தைகள் மிகமிகப் புத்திசாலிகள்.

ஒப்புவித்தல் ஒரு வேடிக்கை விளையாட்டுப் போலத் தொடர்ந்தது. சிறுவனாகிய அப்பா ஒரு செய்யுளை ஒப்பிக்கும் போது, ஒவ்வொன்றும் அமைதியாகிப் போகும்.

ஆனால் அவர் திரும்பவும் பல்லவிக்கு வந்த உடனேயே பெருங் கூச்சல் ஏற்படும். குழந்தைகள் ஊளையிட்டார்கள், குரைத்தார்கள், விசிலடித்தார்கள், கால்களை மிதித்தார்கள். பிறகு இரைச்சல் நின்று போகும். சிறுவனாகிய அப்பா தடுமாற்றத்தோடு அடுத்த செய்யுள் பத்திக்குச் செல்வார்.

இரைச்சல் திரும்பவும் ஏற்படத் தொடங்கும். அந்தப் பாடல் அநேகச் செய்யுள் பத்திகளைக் கொண்டிருந்தது.

கடைசிவரை ஒன்றன்பின் ஒன்றாகச் சிறுவனாகிய அப்பா ஒப்புவித்துக் கொண்டே இருந்தார். கடைசியாக அவர் முடித்த போது, ஒவ்வொருவரும் வயிறு வெடிக்கச் சிரித்தார்கள், பார்வையாளர்களும், திரைச்சீலைக்குப் பின் நின்றவர்களும், அறிமுகமில்லாத அந்தப் பள்ளியின் எல்லாக் குழந்தைகளும், அவரது சொந்தப் பள்ளித் தோழர்களும் சிரித்தார்கள். மீஷா தரையில் உருண்டு சுற்றிக் கொண்டிருந்தான். அவரது ஆசிரியையும் சிரித்துக் கொண்டிருந்தாள்.

இந்த அவமானத்தை சிறுவனாகிய அப்பாவால் மறக்க முடியவில்லை. ஆண்டுகள் பல கடந்தன. சிறுவனாகிய அப்பா வளர்ந்து பெரியவரானார்.

27

அப்பா பிங் - பாங் விளையாடியது எப்படி

அப்பா சிறுவனாக இருந்த போது ஒரு புதிய விளையாட்டுக் கண்டுபிடிக்கப்பட்டது. அது பிங்&பாங் என்று அழைக்கப்பட்டது. இப்போது பிங்&பாங் விளையாட ஏராளமான குழந்தைகள் விரும்புகிறார்கள். ஆனால் அப்போது ஒவ்வொரு பள்ளியிலும், ஒவ்வொரு வகுப்பிலும், ஒவ்வொரு திடலிலும் ஒவ்வொருவரும் பிங்&பாங் விளையாடினார்கள். மேசைகள் மீதும், பெஞ்சுகள் மீதும், பெரிய பியானோக்கள் மீதும், தரை மீதும் அவர்கள் விளையாடினர். காலையிலிருந்து இரவு வரை விளையாடினர். சிலர் இரவிலுங் கூட விளையாடினர். பிங்&பாங்கைத் தவிர வேறு எதுவும் இருந்ததைக் கூட பலர் மறந்து விட்டனர். சிறுவனாகிய அப்பாவினுடைய பள்ளியில் ஒவ்வொரு நாளும் பிங்&பாங் போட்டிகள் நடைபெற்றன. ஒவ்வொரு வகுப்பும் மற்ற வகுப்பை எதிர்த்து விளையாடியது. பிறகு ஒவ்வொரு வகுப்பிலும் வெற்றி பெற்றவர்கள் பள்ளிச் சாம்பயினை தீர்மானிப்பதற்காக விளையாடினர். பிறகு பள்ளிச் சாம்பியன்கள் விளையாடினர். வெற்றி பெற்றவன் மாவட்டச் சாம்பியன் ஆவான். பிறகு நகர விளையாட்டுப் போட்டி இருந்தது. அடுத்து மாஸ்கோ அணியும் லெனின்கிராடு அணியும் மோதிக்கொண்டன.

இவை எல்லாவற்றாலும் சிறுவனாகிய அப்பா மிகவும் அதிசயித்துப் போனார். ஒரு சிறிய வெண்ணிறப் பந்து சிறிய நீள்தண்டால் முன்னும் பின்னுமாகப் போய் வருவது இத்தனை ஆர்வமூட்டுவதாக இருப்பது ஏன் என்பதை அவரால் வெறுமனே புரிந்துகொள்ள முடியவில்லை.

‘‘அவை தண்டல்ல, அவை ராக்கட்டுகள்,’’ என்று குழந்தைகள் கூறுவார்கள்.

''அப்படியானால் என்ன? என்னால் இன்னமும் புரிந்துகொள்ள முடியவில்லை.''

''நீ முயற்சி செய்!''

''அதில் வேடிக்கையில்லை.''

''இல்லை, இருக்கவில்லை!''

''நீ ஏன் முயற்சிக்கக் கூடாது?''

''எனக்கு விருப்பமில்லை.''

இந்த உரையாடலானது பல முறை திரும்ப நடந்தது. இயற்கையாக, பிரகாசமான ஒரு நாளில் பிங்&பாங் ராக்கட்டைச் சிறுவனாகிய அப்பா பெற்றார். மேசையினுடைய ஒரு புறத்தில் தனது இடத்தைப் பிடித்துக் கொண்டார்.

அதுவே அருக்கு முடிவாகப் போயிற்று.

'பிரகாசமான ஒரு நாள்' என்று நான் கூறினேன், ஆனால் சிறுவனாகிய அப்பாவினுடைய பெற்றோர்கள் அதைத் தங்களுடைய வாழ்க்கைகளின் மிகவும் இருள்மயமான நாட்களில் ஒன்றாகவே இருந்தது என்று எப்போதும் கருதினார்கள். இதற்கெல்லாம் காரணம், பிங்&பாங்கால் சிறுவனாகிய அப்பா கவரப்பட்டுப் போனதேயாகும். தொடக்கத்தில், ராக்கட்டால் பந்தை அடிப்பதற்குக் கூட அவரால் முடியவில்லை. பிறகு, பந்தை அடிப்பதற்குக் கற்றுக் கொண்டார், ஆனால் அது மேசையின் மீது துள்ளிப் பாயாது. இறுதியில், பந்தை அடிக்கவும், மேசையின் குறுக்காகத் துள்ளிப் பாயச் செய்யவும் சிறுவனான அப்பா கற்றுக்கொண்ட போது, அந்த ஆட்டத்தில் அவர் உண்மையான அக்கறை கொண்டார். பந்தை அடிப்பதற்கு பல்வேறு முறைகள் இருந்தன என்பதைக் கண்டுபிடித்தார்: அதை வெட்டி அடிக்க முடியும், சுழன்று போகச் செய்ய முடியும். இந்த முறையில் பந்து அடிக்கப்பட்ட போது, மூலைகளில் ஒன்றுக்கு அது பறந்து செல்லும். ஒரு நல்ல விளையாட்டுக்காரன் தனது எதிரிக்கு மிகவும் வசதிக்குறைவான மேசையின் இடங்களில் பந்தை அடிப்பான். பிங்&பாங் ஓர் அற்புதமான விளையாட்டு என்று சிறுவனாகிய அப்பா இன்னமும் கருதுகிறார். ஆனால் அப்போது அனைத்து உலகத்திலும் மிகவும் கவர்ச்சியான விளையாட்டு பிங்&பாங்

என்று சிறுவனாகிய அப்பா நினைத்தார். அவர் படிப்பதை விட்டு விட்டார், வீட்டுப் பாடம் செய்வதை நிறுத்தி விட்டார். அவர் பள்ளிக்குச் சென்ற ஒரே காரணம் தனக்கு விருப்பமான ஆட்டத்தை விளையாடுவதற்குத்தான். மேன்மேலும் சிறப்பாக அவர் ஆடத் தொடங்கினார், ஆனால் அவருடைய மதிப்பெண்கள் மேன்மேலும் மட்டமாகி வந்தன.

ஆசிரியை அவரைப் பக்கத்தில் அழைத்து அவரோடு சில முறை பேசினாள். ஒவ்வொன்றுக்கும் ஓர் எல்லை இருக்க வேண்டும் என்று அவரிடம் விளக்கினாள். ஒரு பழமொழியைக் கூட அவருக்கு நினைவூட்டினாள்: “காற்றுள்ள போதே தூற்று.”

சிறுவனாகிய அப்பா விவாதம் செய்யவில்லை. விவாதிப்பதில் என்ன பயனிருக்கிறது? அவரைப் பொருத்த மட்டில், அவரது வாழ்க்கையின் வேலை பிங்&பாங், அதே வேளை எஞ்சியவை அனைத்தும் விளையாட்டுத் தான் என்பதை அவளுக்குப் புரிய வைக்க அவரால் எங்ஙனம் முடியும்? அவரது பிற எந்த நண்பர்களைக் காட்டிலும் அதிகமாக விளையாடினார். அவர்களில் பலரை அவரால் ஏற்கெனவே வெல்ல முடிந்தது. ஆனால், பள்ளியினுடைய மூன்றாவது சிறந்த ஆட்டக்காரனை அவர் வெற்றி பெற்ற நாளன்று, ஆசிரியை கூறினாள்:

“உனது பெற்றோர்களிடம் பேச விரும்புகிறேன். இப்போது உள்ளது போல விஷயங்கள் தொடர்ந்து நடைபெற முடியாது.”

தாத்தாவுக்கும் பாட்டிக்கும் அவள் ஒரு கடிதம் எழுதினாள். அவர்கள் அதைப் பெற்றுக் கொள்ளவே இல்லை. தபால் பெட்டியிலிருந்து தானே அதை வெளியே இழுத்து, படித்துப் பார்த்து விட்டு சிறுவனாகிய அப்பா கிழித் தெறிந்தார். அது மிகவும் அலங்கோலமாக இருக்கவே, சிறு துண்டுகளாக அதை அவர் கிழித்துப் போட்டார்.

பிறகு ஆசிரியை அவரது பெற்றோர்க்கு மற்றுமொரு கடிதம் அனுப்பினாள். அது முதலாவதை விட இன்னும் மோசமானதாக இருந்தது. ஆகவே சிறுவனாகிய அப்பா அதை இன்னும் மிகச் சிறிய துணுக்குகளாகக் கிழித்துப் போட்டார்.

அது பற்றிப் பேசுவதற்கு நான் வெட்கப்படுகிறேன், ஆனால் அது சரியாக இப்படித்தான் நடந்தது.

தன்னைப் பார்ப்பதற்குத் தாத்தாவும் பாட்டியும் வராதது கண்டு ஆசிரியை மிகவும் வியப்புற்றாள். அவர்களுக்கு அவள் மூன்றாவது முறையாகக் கடிதம் எழுத இருந்த சமயத்தில், சிறுவனாகிய அப்பா பள்ளிச் சாம்பியனை வென்றார். அதன் பிறகு பள்ளியில் தான் செய்வதற்கு எதுவுமே இல்லை என்று அவர் முடிவு செய்தார். ஆகவே பள்ளி செல்வதையே முற்றிலுமாக நிறுத்தி விட்டார். அதிகாலையில் தான் பள்ளிக்குப் போய்க் கொண்டிருப்பது போல அவர் நம்ப வைப்பார். ஆனால் அவரது பள்ளிப் பையிலே குறிப்பேடுகளோ, பாடப் புத்தகங்களோ இராது. மாறாக, அதில் பிங்&பாங் ராக்கட்டுகள், ஒரு வலை, மூன்று பந்துகள் இருந்தன. மதிய உணவுக்குப் பதிலாக சிறுவனாகிய அப்பா உண்ட ஒரு பஜ்ஜியும் இருந்தது. நாள் முழுக்க அவர் பிங்&பாங் விளையாடினார். இப்போது சிறுவனாகிய அப்பாவுக்குப் பல புதிய நண்பர்கள் ஏற்பட்டிருந்தனர், அவர்கள் எல்லாருமே பிங்&பாங்கில் வெறி கொண்டவர்களாக இருந்தார்கள். பார்த்த மாத்திரத்திலேயே எல்லா மாஸ்கோ சாம்பியன்களையும் அவர் அறிந்திருந்தார். புகழ் பெற்ற ஃபால்கேவிச் சகோதரர்கள் சமமாகக் கருதி இவருக்கு வாழ்த்துக் கூறினார்கள். இளங்காயைர் பிரிவில் இப்போது அவர் உறுப்பினராக இருந்தார். அவர் தன்னுடைய முதலாவது உண்மையான ஆட்டத்தை ஏற்கெனவே இழந்து விட்டிருந்தார். அவர்.... ஆனால் இந்தச் சந்தர்ப்பத்தில் அவருடைய ஆசிரியை, தனது கடிதங்களுக்கு எந்தப் பதிலும் கிடைக்காததாலும், சிறுவனாகிய அப்பா பள்ளியில் காணப்படாததாலும், அவரைப் பார்ப்பதற்காகச் சென்றார். எனினும், சிறுவனாகிய அப்பா வீட்டில் இல்லை. ஆனால், பாட்டியும் தாத்தாவும் இருந்தார்கள். தங்களுடைய பையன் நீண்ட நாட்களாகப் பள்ளிக்குச் செல்லவில்லை என்பதையும், சிறிய வெண்ணிறப் பந்து ஒன்றை அடித்துக் கொண்டிருப்பதிலேயே தனது நாள்களைச் செலவிட்டுக் கொண்டிருப்பதையும் அறிந்த போது, இடியால் பாதிக்கப்பட்டது போலானார்கள். சிறுவனாகிய அப்பா அறிவை இழந்து போயிருப்பார் என்று அவர்கள் தீர்மானித்தார்கள். ஏனென்றால், அவர்கள் ஒருபோதும் பிங்&பாங் விளையாடியதில்லை. அவருடைய ராக்கட்டுகளையும் பந்துகளையும் மறைத்து வைத்து ஒரு மருத்துவரிடம் அவரை அழைத்துச் சென்றனர். ஒரு சாதாரணமான மருத்துவரிடம் செல்லவில்லை, புத்திமாறாட்டம்

கண்டவர்களுக்கு வைத்தியம் பார்ப்பதில் தனது வாழ்க்கையைச் செலவிட்டிருந்த, ஒரு பேராசிரியரிடம் சென்றனர். எனினும், இவரும் ஒருபோதும் பிங்&பாங் விளையாடியதில்லை. இதன் பொருட்டு சிறுவனாகிய அப்பா பள்ளிக்குப் போகாமல் இருந்தது ஏன் என்பதை அவரால் வெறுமனே புரிந்துகொள்ள முடியவில்லை. ஆனால் சிறுவனாகிய அப்பாவால் புரிந்துகொள்ள முடியாதது, பேராசிரியர் தன்னிடம் கீழ்வருமாறு விநோதமான கேள்விகளைக் கேட்டதுதான்:

‘‘பள்ளியில் உன்னைப் பையன்கள் அடிக்கிறார்களா?’’

‘‘நன்றாகத் தூங்குகிறாயா?’’

‘‘காலையில் உனக்குத் தலைவலி ஏற்படுகிறதா?’’

‘‘மாலையில் உனக்குத் தலைவலி ஏற்படுகிறதா?’’

‘‘இருட்டைக் கண்டு பயப்படுகிறாயா?’’

‘‘உனக்கு எப்போதாவது வலிப்பு ஏற்பட்டிருக்கிறதா?’’

‘‘எப்போதாவது நீ மயங்கி விழுந்திருக்கிறாயா?’’

இந்தக் கேள்விகள் எல்லாவற்றுக்குமே சிறுவனாகிய அப்பா ‘‘இல்லை’’ என்று பதில் சொன்னார்.

பிறகு பேராசிரியர் தொடர்ந்தார்:

‘‘உனது பள்ளியை நீ விரும்புகிறாயா?’’

‘‘உனது ஆசிரியையை நீ விரும்புகிறாயா?’’

‘‘பள்ளியில் உனக்கு நண்பர்கள் இருக்கிறார்களா?’’

‘‘பையன்களா?’’

‘‘சிறுமிகளா?’’

இந்தக் கேள்விகளுக்கெல்லாம் சிறுவனாகிய அப்பா ‘‘ஆமாம்’’ என்று பதில் சொன்னார்.

பிறகு பேராசிரியர் கேட்டார்:

‘‘மற்ற சிறுமிகளை விட நீ அதிகம் விரும்பும் யாரேனும் இருக்கிறாளா?’’

சிறுவனாகிய அப்பா கோபமடைந்து பேசினார்:

‘‘இவை எல்லாவற்றையும் தெரிந்துகொள்ள வேண்டும் என்று எதற்காக விரும்புகிறீர்கள், டாக்டர்? பிங் & பாங்கிற்காகத் தான் பள்ளியைத் தவிர்த்தேன். உங்களுடைய மற்ற கேள்விகளுக்கு எதனோடும் சம்பந்தமில்லை.’’

‘‘மிகவும் நல்லது?’’ என்றார் பேராசிரியர். ‘‘பிறகு இப்போது எதைச் செய்ய உனக்கு நோக்கம்?’’

‘‘பிங்&பாங் ஆடுவது,’’ கண நேரம் கூடத் தயங்காதபடி அப்பா பதில் சொன்னார்.

‘‘இவை எல்லாம் எதில் போய் முடியக் கூடும் என்று உனக்குத் தெரியுமா? நீ எப்போதேனும் அதைப் பற்றி நினைத்துப் பார்த்திருக்கிறாயா?’’

‘‘கட்டாயமாக,’’ என்றார் சிறுவனாகிய அப்பா. ‘‘மாஸ்கோ விளையாட்டுப் போட்டியில் எங்களது அணியால் வெற்றி பெற முடியும்.’’

‘‘நான் மிகவும் வற்புறுத்திப் பேசுகிறேன்!’’ பேராசிரியர் சத்தம் போட்டார்.

‘‘நானும் அப்படித் தான்,’’ என்றார் அப்பா.

பிறகு பேராசிரியர் தோள்களைக் குலுக்கிக் கொண்டார். ஒரு கிளாசில் இருந்த நீரில் ஏதோ சொட்டுகளை விட்டு, அப்பாவிடம் கூறினார்:

‘‘இதோ, இதைக் குடி.’’

‘‘நான் குடிக்க விரும்பவில்லை,’’ என்றார் சிறுவனாகிய அப்பா. ‘‘நான் நோயாளி அல்ல.’’

‘‘சரி, நான் குடிக்கிறேன்,’’ என்ற பேராசிரியர் அந்த மருந்தைத் தானே குடித்தார். பிறகு கிசுகிசுத்தபடி மேலும் தொடர்ந்தார்:

‘‘பருவ காலம் முழுக்க உன்னை விளையாட வரும்படி உன் பெற்றோரிடம் நான் கூறினால், இலையுதிர் காலத்தில் திரும்பவும் நீ பள்ளிக்குச் செல்வாய் என்று நீ உறுதி தர முடியுமா?’’

‘‘முடியும்,’’ என்றார் சிறுவனாகிய அப்பா.

பிறகு தாத்தாவையும் பாட்டியையும் பேராசிரியர் அழைத்துச் சொன்னார்:

“பையன் மிக நன்றாக இருக்கிறான். அவனை விளையாட விடுங்கள். எந்தவகையிலும், பள்ளி நாட்களில் பெரும்பாலானவற்றைத் தவற விட்டு விட்டான்.” மேலும் அவர் கொஞ்சம் மருந்தைச் சாப்பிட்டுக் கொண்டார்.

ஆகவே சிறுவனாகிய அப்பாவின் பெற்றோர்கள் அவரை வீட்டிற்கு அழைத்துச் சென்றனர்.

சிறுவனாகிய அப்பாவினுடைய அணி போட்டியில் வெல்லவில்லை, ஆனால் அது இரண்டாவது இடத்தைப் பெற்றது. அந்த ஆண்டு வீணாகிப் போய்விடவில்லை என்று சிறுவனாகிய அப்பா இன்னமும் வற்புறுத்துகிறார். உலகத்திலே மிக முக்கியமானது பிங்&பாங் அல்ல என்பதை அவர் அப்போது உணர்ந்து கொண்டார். இலையுதிர் காலத்தில் திரும்பவும் மகிழ்ச்சியோடு பள்ளிக்குத் திரும்பினார், அதை முடிக்கவும் செய்தார். ஆண்டுகள் பல கடந்தன. அவருடைய பழைய ராக்கட்டு இன்னமும் அலமாரியின் மேலேதான் இருக்கிறது. அதைக் காண்கின்ற போது தாத்தாவும் பாட்டியும் இன்னமும் நடுக்குறவே செய்கின்றனர். ஆனால் அதைச் சிறுவனாகிய அப்பா விருப்பத்தோடு உற்றுப்பார்க்கிறார். பிங்&பாங் காரணமாகப் பள்ளியை விட்டு நின்றது நிச்சயமாக அற்பத்தனமானதுதான். இந்தக் கதையைக் கேட்கும் போது ஒவ்வொருவரும் சிரிக்கவே செய்கின்றனர். அப்பாவும் அதுபோலத் தான். இருப்பினும் பிங்&பாங் மிக நல்ல விளையாட்டு. அதுபற்றி ஒருநாள் நான் எழுதுவேன்.

தன்னுடைய மகள் பிங்&பாங் விளையாடத் தொடங்கியதைச் சிறுவனாகிய அப்பா கண்ட போது, மிகவும் நடுக்குற்றுப் போனார். அவள் பள்ளியின் சாம்பியனாக ஆனாலும், பள்ளியை விட்டு நின்று விடப் போவதில்லை என்பதை அறிய அவர் மிகவும் ஆறுதலடைந்தார்.

அப்போது தாத்தாவும் பாட்டியும் எப்படி உணர்ந்தார்கள் என்பதைக் கடைசியாக அவர் புரிந்து கொண்டார். தனது பழைய ராக்கட்டை அலமாரியின் ஒரு மூலையில் மறைத்து வைத்தார்.

ஆனால் சில நேரங்களில் அதை வெளியே எடுத்து தனது பிங்&பாங் நாள்களை நினைவு கூர்கிறார்.

28

அப்பா நாற்காலி செய்தது எப்படி

அப்பா சிறுவனாக இருந்த போது அவர் ஒரு நாற்காலியைத் தானாகவே செய்தார். அந்த நாற்காலியை அவர் ஒருபோதும் மறக்கவில்லை. இந்த உலகம் முழுவதிலும் அதுபோல ஒன்று பெரும்பாலும் இருந்திருக்காது. ஸஹர் பெத்ரோவிச், தச்சு ஆசிரியரும், வேறு ஒன்று இருக்க முடியாது என்பதில் உறுதியாக இருந்தார்.

பள்ளியில் அவர்களுக்குப் பணிமனை ஒன்று இருந்தது. எப்படி அறுப்பது, சுத்தியலடிப்பது, இழைப்பது, பசையிட்டு இணைப்பது, ஆகியவற்றை ஸஹார் பெத்ரோவிச் பையன்களுக்குக் கற்றுக் கொடுத்தார். அவர்கள் மோசமாகச் செய்துவிட்டிருந்த போது எப்படிப் பிரிப்பது, திரும்பவும் தொடங்குவது, திரும்பத் திரும்பச் செய்து, அது சரியாக அமைகின்ற வரை எப்படிச் செய்வது என்பதையும் கற்பித்தார். அவர் நடுத்தர வயதுமிக்கவர், சிறிய உருவம் கொண்டவர், வெள்ளிப் பூண்போட்ட கண்ணாடி அணிந்திருந்தார். அவரது விருப்பமான பழமொழியாவது: “நல்ல தொடக்கம் & பாதி முடிந்தது போல.”

சில நேரங்களில் அவர் தொடர்ந்து சொல்வார்:

“ஒரு சோம்பேறி வேலைக்குப் பயப்படுகிறான்.”

முதலாவது பாடத்தை அவர் இப்படித்தான் தொடங்கினார்:

“என்ன இது?”

“சுத்தியில்!” ஒவ்வொருவரும் கத்தினார்கள்.

“சரி. இது?”

“ஆணி!”

“இதுவும் சரி! இது என்ன?”

''பலகை!''

''அருமை. இப்போது இந்தப் பலகைக்குள்ளாக இந்த ஆணியை இந்தச் சுத்தியலால் ஒரே அடியால் செலுத்த வேண்டும் என்பதே இப்போதைய கருத்து. யாரேனும் முன்வருகிறீர்களா?''

''நான்!''

''என்னால் செய்ய முடியும்!''

''என்னைச் செய்ய விடுங்கள்!''

அவர்களில் பலர் முன்வந்தனர். ஆனால் பையன்களில் வலுவானவர்களால் கூட ஒரே அடியால் ஆணியைச் செலுத்த முடியவில்லை. பிறகு ஸஹர் பெத்ரோவிச் மற்றொரு ஆணியை எடுத்து, பலகை மீது வைத்து அதை அடித்தார். அவர் மிகவும் பலமாக அடிக்கவில்லை. ஒவ்வொருவரும் பெரு மூச்சு விட்டார்கள்: ஒரே அடியில் ஆணி பலகைக்குள் சரியாகச் சென்றுவிட்டது.

''சரியான பார்வையும், நிதானமாக கையும் உங்களுக்குத் தேவை,'' என்றார் ஸஹார் பெத்ரோவிச். ''தெளிவாகி விட்டதா?''

''ஆமாம்!'' என்றார் சிறுவனாகிய அப்பா. அவர் வலிமையெல்லாம் கொண்டு தனது கட்டை விரலை அடித்தார்.

அவரது கண்கள் இருண்டன. மற்ற பையன்கள் சிரித்தார்கள்.

''சிரிப்பதற்கு ஏதுமில்லை,'' என்றார் ஸஹார் பெத்ரோவிச். ''நான் எப்போதுமே ஆணியில் தான் அடிக்கிறேன் என்று நீங்கள் நினைக்கிறீர்களா? இல்லவே இல்லை. சில நேரங்களில் எனது விரலை அடித்துக் கொள்கிறேன். பிறகு என் தலையில் அடிபடுவேன். எனது எசமானன் எனக்குச் சொல்லக் கூடிய முறை அதுதான். அதாவது அவர ஆணியை அடித்தார், நான் அடிக்கவில்லை. இப்படித்தான் நாங்கள் கற்பிக்கப்பட்டோம்.''

ஒவ்வொருவரும் ஸஹர் பெத்ரோவிச்சுக்காக வருத்தப்பட்டார்கள். ஆனால் பிறகு அவர் சிரித்துவிட்டுச் சொன்னார்:

''கவலைப்படாதீர்கள். நான் யாரையும் அடிக்க மாட்டேன். இங்கு நீங்கள் தான் எசமானர்கள். இங்குள்ள ஒவ்வொன்றும்

உங்களுக்கானதே. ஒரு சிறிய நாற்காலியைச் செய்வது எப்படி என்பதை நாம் கற்றுக்கொள்ளத் தொடங்குவோம்.''

ஒரு சிறிய நாற்காலி! எளிமையானதாக எங்ஙனம் இருக்க முடியும்? ஆனால் நீங்கள் சற்றே முயற்சி செய்து ஒன்றைச் செய்யுங்கள். அளவுகளைச் சரியாக இருக்குமாறு செய்யுங்கள். ஓ, அறுப்பது, இழைப்பது, இணைப்பது இப்படி எவ்வளவு செய்ய வேண்டியிருக்கிறது, நீங்கள் செய்தவற்றை எத்தனை முறை எடுத்துப் பார்த்து, திரும்பத் திரும்பச் செய்ய வேண்டியிருக்கிறது! ஓ, எவ்வளவு வேலை, எவ்வளவு சக்தி, எவ்வளவு திறமையும் பொறுமையும் உங்களுக்குத் தேவைப்படுகின்றன!

மீஷா கர்புனோவ்தான் முதன் முதலாகத் தனது நாற்காலியை முடித்தவன்.

''உட்காருங்கள்,'' என்று பெருமையோடு கூறினான்.

''நீயே உட்கார்!'' என்று ஸஹார் பெத்ரோவிச் பதிலளித்தார்.

கவனத்தோடு கீழே அவன் உட்கார்கையில் மீஷா மிக முக்கியமானவனாகக் காணப்பட்டான். நாற்காலி விரிசலிட்டுத் தனியாகப் பிரிந்தது. மீஷா தரை மீது உட்கார்ந்த போது ஒவ்வொருவரும் சிரித்தார்கள்.

''நீ வேலையை விரைவாகச் செய்தாய், ஆனால் மோசமாகச் செய்தாய்,'' என்று ஸஹார் பெத்ரோவிச் கூறினார். ''இப்போது எல்லாவற்றையும் திரும்பத் தொடங்கு. அந்தளவுக்கு வேகம் வேண்டாம், அல்லது ஒவ்வொருவரையும் திரும்பவும் சிரிக்க வைப்பாய்.''

முதல் தடவையிலேயே யாராலும் நல்ல நாற்காலியைச் செய்ய முடியவில்லை. ஒவ்வொருவரும் திரும்பத் திரும்பச் செய்ய வேண்டியிருந்தது.

''தம்பிகளே, கவலைப்படாதீர்கள்,'' ஸஹார் பெத்ரோவிச் அவர்களுக்கு ஆறுதல் சொன்னார். ''மாஸ்கோ ஒரே நாளில் கட்டி முடிக்கப்படவில்லை. யாராலும் சுத்தியலையும், ரம்பத்தையும் பயன்படுத்தி இருக்க முடியும் என்று நீங்கள் பெரும்பாலும் நினைத்திருந்தீர்கள். ஆம், அது உண்மைதான், ஆனால் நல்ல வேலையாகச் செய்வதற்கு நீங்கள் நிறைய வியர்வை சிந்தியாக வேண்டும்.''

சிறுவர்கள் தங்களால் முடிந்தளவுக்கு முயன்றார்கள். அது ஒரு முறையான பாடத்தைப் போலவே இருந்தது: பிரச்சினையைத் தீர்ப்பதில் முதலாவதாக இருப்பதற்கு அவர்கள் எல்லாருமே முயற்சி செய்து கொண்டிருந்தார்கள். அது உண்மையில் வேடிக்கையாகவே இருந்தது. ஏனென்றால், உங்களால் ஒரு பிரச்சினை மீது உட்கார முடியாது. அதற்குத் தீர்வு கண்ட பிறகோ, அதற்குள்ளாக இருப்பதெல்லாம் அதுதான். ஆனால் இங்கோ, நிங்கள் செய்து முடித்த பிறகு உங்களுடைய சொந்த நாற்காலி மீது உட்கார முடியும். மற்றவர்களையும் கூட உட்கார வரும்படி நீ அழைக்க முடியும்.

உண்மையிலேயே நல்ல நாற்காலி ஒன்றை முதலாவதாகச் செய்தது வார்யா கிலாஸுனோவா. ஆனால் அவள் பெண்! உண்மை, அவளுடைய அப்பா ஒரு தச்சு வேலைக்காரர். இழைப்புளியையும், ரம்பத்தையும் எப்படிப் பயன்படுத்துவது என்பதை அவளுக்குக் கற்றுக் கொடுத்திருந்தார். வார்யாவைப் பாராட்டுவதைத் தவிர ஸஹார் பெத்ரோவிச்சுக்கு எதுவுமே கிடையாது.

''அருமையான வேலை! எல்லாப் பையன்களையும் நீ வெட்கப்படும்படி செய்து விட்டாய்!''

பையன்கள் மிகவும் புண்பட்டுப் போனார்கள். அவளைக் கேலி செய்யத் தொடங்கினார்கள்.

ஆனால் அவள் கோபப்படவில்லை, தொடர்ந்து சொல்லிக் கொண்டிருதாள்:

''சரி, எங்கே உங்களுடைய நாற்காலிகள்?''

சொல்வதற்குப் பையன்களிடம் எதுவுமில்லை.

தனது நாற்காலியை ஒப்படைத்ததில் இரண்டாவது நபர் மீஷா கர்புனோவ்.

பையன்கள் அவ்வளவு மோசமாக இப்போது கருதிக்கொள்ளவில்லை. அதன் பிறகு ஒவ்வொருவனும் தான் முடிந்த வேலையை ஒப்படைக்கத் தொடங்கினான். ஸஹார் பெத்ரோவிச் கூறுவார்:

''ஒருவகையில் இது ஒரு நாற்காலியையே ஒத்திருக்கிறது.''

இறுதியாக, சிறுவனாகிய அப்பா தனது நாற்காலியை முடித்தார். அவர் கீறலும் வடுவும் பெற்றார். அவரது முகத்திலும் கைகளிலும் பசை இருந்தன. ஆனால் அது அவரைத் துளிகூட வருந்தச் செய்யவில்லை. அவரது முதலாவது நாற்காலி தயாராகி விட்டது! அவரது முதலாவது நாற்காலி பிறந்த போது ஏற்பட்ட மகிழ்ச்சியைப் போல அவர் பிறந்த நாளில் கூட ஒருபோதும் உணர்ந்ததில்லை. ஸஹார் பெத்ரோவிச் இதைக் கட்டாயம் உணர்ந்திருக்க வேண்டும்.

''போய், அதன் மீது உட்கார்!'' இவை மந்திரச் சொற்கள் போலிருந்தன.

சிறுவனாகிய அப்பா அதன் மீது மிகுந்த எச்சரிக்கையோடு அமர்ந்தார். நாற்காலி கிரிச்சீடக் கூட இல்லை. ஆனால் பிறகு ஸஹார் பெத்ரோவிச் அதை மிகவும் நெருக்கமாக கவனித்தார்.

''உனது கால்களை எண்ணு,'' என்று அமைதியான குரலில் சொன்னார்.

சிறுவனாகிய அப்பா மிகவும் வியப்புற்றுப் போனார். தனது கால்கைள கீழே உற்றுப்பார்த்தார். எப்போதும் போல இரண்டே இருந்தன. ஆனால் பிறகு பையன்களும் சிறுமிகளும் காக்கரிக்கத் தொடங்கினார்கள். ஸஹார் பெத்ரோவிச்சும் சிரித்தார்.

இன்றைய நாள் வரையிலும் தன்னால் எப்படி ஐந்து கால் நாற்காலியைச் செய்ய முடிந்தது என்பதைச் சிறுவனாகிய அப்பாவால் புரிந்து கொள்ள முடியவில்லை. ஆனால் அது அப்படித்தான். அதை நாங்கள் இன்னமும் வைத்திருக்கிறோம். அதற்கு இன்னமும் ஐந்து கால்கள் இருக்கின்றன. ஐந்து, நான்கு அல்ல. ஸஹார் பெத்ரோவிச் கூறுவதை இன்னமும் அவரால் கேட்க முடிகிறது: ''மூன்று கால்களை விட ஐந்து சிறந்தவை அல்ல. எல்லாவற்றையும் திரும்பச் செய்.'' எந்த வேலை செய்து கொண்டிருக்கிற போதும், நீங்கள் நினைவில் வைக்க வேண்டியது இது என்று அவர் நினைக்கிறார்.

www.ingramcontent.com/pod-product-compliance
Lightning Source LLC
Chambersburg PA
CBHW050020170726
48282CB00025B/480
9788196052935